“हिंदुस्थानच्याच नव्हे तर कदाचित जगाच्या राजकीय रंगमंचावर नानांपेक्षा अधिक कर्तृत्वाच्या व्यक्ती क्वचितच आढळतील. नानांची मुत्सद्देगिरी तोलता येईल अशी व्यक्ती हिंदुस्थानात सापडणे विरळ; मग त्यांच्यावर मात करण्याची बातच सोडा...”

– एशियाटिक ॲन्युअल रजिस्टर, लंडन

“नाना फडणीसांना साह्य करून महादजींनी इंग्रजांपासून मराठी राज्याचा बचाव केला. महादजींनी २५ वर्षांपर्यंत जो राष्ट्रोपयोगी उद्योग केला तो अत्यंत बहुमोलाचा आहे. क्रौर्य, कपट, दुष्टावे आणि स्वार्थ यांचा महादजींनी आपल्या शहाणपणाने नायनाट करून शांतता प्रस्थापित केली हे त्यांचे मोठेच कार्य होय...”

– ब्रिटिश अभ्यासक कीन

“...आमच्या अगदी गरजेच्या वेळी आमचे सन्माननीय बंधू नानांच्या खेरीज दुसरे कुणीही आमच्या मदतीस आले नाही. कितीही प्रतिकूल परिस्थिती असली तरी मोठ्यांच्या कार्यातून मोठेपणाच प्रत्ययास येणार.”

– महादजी शिंदे, (एका पत्रात)

नाना आणि महादजी

कुंदन तांबे

मेहता पब्लिशिंग हाऊस

Mehta Publishing House, Pune 411030.
✆ +91 020-24476924 / 24460313 / Mob. No. 9545000513
Email : production@mehtapublishinghouse.com
Website : www.mehtapublishinghouse.com

- *या पुस्तकातील लेखकाची मते, घटना, वर्णने ही त्या लेखकाची असून त्याच्याशी प्रकाशक सहमत असतीलच असे नाही.*

NANA ANI MAHADAJI by KUNDAN TAMBE
नाना आणि महादजी : कुंदन तांबे / कादंबरी
Email : author@mehtapublishinghouse.com

प्रकाशक : सुनील अनिल मेहता, मेहता पब्लिशिंग हाऊस,
१९४१, सदाशिव पेठ, माडीवाले कॉलनी, पुणे ३०.
अक्षरजुळणी : स्वाती एंटरप्रायझेस
मुद्रक : ट्रिनिटी ॲकॅडमी फॉर कॉर्पोरेट ट्रेनिंग लिमिटेड
मुखपृष्ठ : सतीश भावसार
प्रथमावृत्ती : जुलै, २०१८
किंमत : ₹ २००
P Book ISBN 9789387789968
E Book ISBN 9789353170080
E Books available on : amazonkindle Apple Books Google Play Books

भूमिका

मराठ्यांच्या इतिहासातील निरनिराळे कर्तबगार पुरुष आणि स्त्रिया, तसंच काळ पालटणाऱ्या घटना-प्रसंग-युद्धे यांवर अनेक नाटके-कादंबऱ्या लिहिल्या गेल्या आहेत. यातील 'स्वामी', 'झेप', 'पानिपत' यांसारख्या कादंबऱ्या अशा होत्या की, त्यांच्यामुळे तो विषय – त्या व्यक्ती – यांना न्याय मिळाला आणि वाचकांना नव्याने त्यांची ओळख झाली; त्यांना एक वलयही प्राप्त झाले. याउलट काही ऐतिहासिक व्यक्तींचे चांगल्या प्रकारे साहित्यिक मूल्यमापन झाले नाही किंवा त्यांची योग्य प्रकारे दखलही घेतली गेली नाही.

– नाना फडणीस व महादजी शिंदे हे पेशवाईच्या काळातील असे कर्तबगार पुरुष होते, ज्यांच्याबद्दल असेच म्हणता येईल. जर हे दोघे नसते तर थोरल्या माधवराव पेशव्यांच्या दुर्दैवी मृत्यूबरोबरच मराठेशाही संपुष्टात आली असती. या दोघांच्या अतुलनीय कर्तृत्वामुळेच मराठेशाहीचा अंत नुसता लांबला नाही, तर मराठेशाही कळसाला पोहोचली! संपूर्ण हिंदुस्थानामध्ये मराठे प्रबळ झाले!

नाना फडणीसांच्या मुत्सद्देगिरीचे अफाट कौतुक, त्यांचे शत्रू असलेल्या इंग्रजांसह, मुघल बादशहा, निजाम, हैदर यांनी करून ठेवले आहे; पण आमच्या बऱ्याचशा साहित्यिकांनी नाना कसा विषयासक्त होता, एवढेच रंगवून सांगितले! खुद्द बादशाहीचा कारभार आपल्या हाती ठेवून, मराठेशाहीवरील संकटप्रसंगी आपल्या तलवारीचे पाणी दाखवणाऱ्या महादजी शिंद्यांविषयीही फारसे काही लिहिले गेले नाही– काहींनी महादजीला अनुल्लेखानं मारलं! काहींनी नाना-महादजींना एकमेकांचे कट्टर शत्रू ठरवून अतिशयोक्ती केली!

म्हणूनच या दोघांच्या केवळ राष्ट्रहिताकरिता मतभेद, महत्त्वाकांक्षा बाजूला ठेवून बजावलेल्या संयुक्त कामगिरीला उजाळा द्यावा, असं मला वाटलं. त्याचाच परिपाक म्हणजे ही कादंबरी! अर्थात, या दोघांचीही राजकीय कारकीर्द जवळपास पन्नास वर्षांइतकी प्रदीर्घ असल्याने, त्यांच्या कामगिरीची ही केवळ झलक म्हणावी लागेल. कारण या कादंबरीत केवळ सन १७७२ ते १७८४ हा एका तपाचाच काळ आला आहे.

येथे एक गोष्ट आवर्जून सांगावीशी मला वाटते की, ही कादंबरी लिहिताना आपण ऐतिहासिक किंवा चरित्रात्मक कादंबरी लिहितो आहोत– चरित्र नव्हे, याचे भान मी ठेवले आहे. वाचकांवर माहितीचा पाऊस पाडणारी कादंबरी न लिहिता, निरनिराळ्या व्यक्तींच्या वागण्याचा किंवा निरनिराळ्या घटनांचा अन्वयार्थ लावण्याचा, आशय शोधण्याचा प्रयत्न मी केला आहे; त्यामुळे काल्पनिक प्रसंगांनाही या कथानकात भरपूर स्थान आहे– मात्र, ढोबळ ऐतिहासिकतेशी ते विसंगत नाहीत. वस्तुस्थितीशी पूर्ण फारकत घेणारेही नाहीत. नाना फडणीस व महादजी शिंदे यांच्याविषयी मला जे आकलन झाले, ते कादंबरीच्या माध्यमातून मांडण्याचा प्रामाणिक प्रयत्न येथे मी केला आहे एवढेच!

या आधीच्या थोरल्या बाजीरावांवरील 'बाजी', तसेच शिवरायांवरील 'त्राता' किंवा 'महाकवी कालिदास' या माझ्या कादंबऱ्यांचं रसिक वाचकांनी चांगलं स्वागत केलं; तसेच वृत्तपत्रांनी त्यांची दखल घेतली. त्याप्रमाणेच याही कादंबरीला रसिकांचा आश्रय मिळेल अशी आशा मला वाटते.

ही कादंबरी प्रकाशित करणाऱ्या मराठीतील नामवंत मेहता पब्लिशिंग हाऊसचे आभार मानणं हे तर माझं कर्तव्यच आहे. त्याचप्रमाणे या लेखनाला प्रत्यक्ष / अप्रत्यक्ष मदत करणाऱ्या सर्वांचेच मन:पूर्वक आभार!

– कुंदन तांबे

।। एक ।।

फाल्गुन मासातील ती दुपारची वेळ होती. सगळीकडे नीरव शांतता होती. पुण्यातल्या रस्त्यांवर वाढत्या उन्हाळयामुळे रहदारी कमी होती, तशीच शहराचं मुख्य केंद्र असलेल्या शनिवारवाड्यातही सामसूम होती...

...शनिवारवाड्याच्या नैऋत्य टोकाला असलेल्या आपल्या छोट्या महालात सदाशिवरावभाऊंच्या विधवा पत्नी पार्वतीबाई मंचकावर बसून गणपतीसाठी तांबड्या फुलांचा हार करण्यात गुंग झाल्या होत्या. मधूनच त्यांच्या पायाशी बसलेल्या चंद्री कुणबिणीला आठवणारी कामं सांगत होत्या. पानिपतावर भाऊ मारले गेले, यावर अजूनही विश्वास नसणाऱ्या पार्वतीबाईंच्या अंगावर अट्टाहासाने ठेवलेली सौभाग्यलेणी कायम होती– पण दिवसागणिक वस्तुस्थितीची जाणीव होत चालल्यानं त्यांच्या चेहऱ्यावर खिन्नता दिसून येई. त्यातच गेल्या वर्षात, ज्याच्या आधारानं त्या दिवस कंठत होत्या, त्या त्यांच्या लाडक्या पुतण्याचा– माधवराव पेशव्यांचा– अकाली मृत्यू झाल्यानं त्यांच्या एकूणच व्यक्तिमत्त्वावर शोकाकुलतेचा ठसा स्पष्ट उमटला होता...

...अचानक पायांशी बसलेली चंद्री कुणबीण उठून, तोंडावर पदर ओढून भिंतीपाशी जाऊन उभी राहिली अन् पुटपुटली,

“काकू, हे दादासाहेब आल्यात जी...”

त्यासरशी चमकून पार्वतीबाईंनी हार करायचं थांबवून वर पाहिलं.

कुठलीही वर्दी न देता राघोबादादा आत तडफेने प्रवेश करते झाले. एरवी ते स्वत: फारसे कधीच त्यांच्या महाली येत नसत. बायकोकरवी– आनंदीबाईंमार्फत– क्वचित चौकशी करत तेवढीच; पण आज ते स्वत: तडकाफडकी आले होते.

आणि त्यांचा नूरही वेगळाच दिसत होता. चेहऱ्यावर उद्वेग व रागाची दीप्ती झळकत होती.

“यावं, यावं भावजी– आसन ग्रहण करावं,” कसनुसं हसून पार्वतीबाई म्हणाल्या.

पण राघोबादादा बसले नाहीत.

“आम्ही बसत नाही– उभे आहोत तेच ठीक आहोत,” उग्र आवाजात ते म्हणाले, “आम्ही उभ्याउभ्याच तुमचा निरोप घ्यायला आलो. उद्या सकाळी आनंदी व अमृतरावाला घेऊन आम्ही कायमचे आनंदवल्लीला निघून जाणार!”

“पण भावजी, असं एकाएकी झालं तरी काय?”

“काय होतंय हे सारं पुणं जाणतं अन् तुम्हाला माहिती नाही?”

“खरंच माहीत नाही भावजी...”

“नारायणराव आमचे पुतणे राहिले नाहीत– ते आता खरेखुरे पेशवे बनले! त्यांना आमची जरूर न राहिल्यानं येताजाता आमचा अपमान करतात! आता हे सहन होईना म्हणून तडकाफडकी शनिवारवाडा सोडण्याचा विचार मनात येतोय...”

“मला बिचारीला यातील काहीच ठाऊक नाही. काय काय घडलं ते सांगावं...”

“वहिनीसाहेब, काय घडलं नाही ते विचारा! मध्यंतरी विसाजीपंत लेल्यांना इंग्रजधार्जिणं ठरवून, भ्रष्टाचारी ठरवून

नारायणानं मोठ्या रकमेचा दंड केला. लेल्यांसारखी बडी असामी पेशव्यांविरोधात जाऊ नये म्हणून बापूंकरवी रदबदली करायला गेलो तर भर दरबारात बापूंचा अपमान केला– पेशवे म्हणाले, ''सखारामबापू, तुम्हाला लेल्यांची वकिली करण्याचा सल्ला कुणी दिला...''

त्याआधी प्रभू ज्ञातीला वेदोक्ताचा अधिकार आम्हाला न विचारता परस्पर नाकारला– आता सारे प्रभू यात आमचा हात असल्याच्या शंकेनं रुष्ट झाले आहेत! बरं, आमचं अन् बापूंचं नाही पण नाना फडणीसाचंही या बाबतीत ऐकलं नाही; असे कित्येक बाबतीत मनाला येईल तसे न्यायनिवाडे करतात, उर्मटपणे वागतात!

हेही एक वेळ क्षम्य होतं; पण आता खुद्द आमच्या नोकरचाकरांवरही दात धरला आहे– मध्यंतरी एक चांदीची गणेशमूर्ती तुमच्याकडून चोरीला गेली ना?''

''होय, नारायणरावांना आम्ही हे सांगितलं होतं...''

''होय, चौकशी करणं हे त्याचं कामच होतं– पण त्यानं चोर सोडून संन्याशाला पकडलं! आमचा हुजऱ्या तुळाजी पवार याला चोरीच्या संशयावरून पकडून त्याच्या अंगावर रक्तबंबाळ होईपर्यंत कोरडे ओढले! अजून आमच्या चाकरांवर चोरी करण्याची वेळ आलेली नाही. त्यांना पोसण्यास आम्ही समर्थ आहोत...''

वास्तविक, तुळाजी पवाराविषयी कुणाचंच मत चांगलं नव्हतं, इतपत माहिती पार्वतीबाईंना होती; पण संतापलेल्या राघोबादादांपुढे हे बोलण्याची त्यांची इच्छा नव्हती.

''अगोबाई, हे एकेक नवीनच ऐकतोय आम्ही,'' त्या म्हणाल्या.

''वहिनीसाहेब, हे तुम्हाला नवीन असेल; पण आम्हाला असह्य झालं आहे... दुसरा कुणी असता तर खांडोळी केली

असती!!''

अचानक पार्वतीबाईंचा स्वर चढला, ''भावजी!''

''नाही, नाही; वहिनीसाहेब तसं म्हणायचं नव्हतं आम्हाला... रागाच्या भरात काहीतरी बोलून गेलो एवढंच...'' राघोबादादांनी घाईघाईनं सावरून घेतलं.

''भावजी, आपण तोल सावरावा! मृत्यूसमयी माधवानं नारायणरावाला तुमच्या ताब्यात सोपवलं होतं हे विसरू नये... आपण कर्ते पुरुष असं काहीबाही बोलायला लागलात तर मराठेशाहीत रयतेनं आधारासाठी कुणाकडे पाहायचं? पुन्हा पानिपत व्हायला वेळ लागायचा नाही!!'' बोलता बोलता पार्वतीबाई थरथरू लागल्या अन् डोळ्यांत आसवं दाटली.

त्यांचे शब्द ऐकून आणि त्यांचं हे रूप पाहून राघोबादादांचा पारा काहीसा उतरला; वरमून ते म्हणाले, ''सांगितलं ना वहिनीसाहेब– आम्ही रागाच्या भरात काहीतरी बोलून गेलो म्हणून! आमच्या मनात तसं काही नाही; पण नारायण आमच्या आज्ञेत वागत नाही अन् सतत आमचा पाणउतारा करतो हे बरं नव्हे– तुम्ही चार शब्द त्याला सांगा...''

''जरूर, पण तोवर आपणही जरा नरमाईनं घ्यावं– लेकरू अजून लहान आहे, त्याला सांभाळून घ्यावं...''

हे ऐकून हात पाठीमागे बांधून उभे असलेले राघोबादादा उपहासानं किंचित हसले व म्हणाले, ''ठीक आहे– चलतो आम्ही. आपण विश्रांती घ्यावी...''

मोठ्या तडफेनं राघोबा महालाबाहेर निघून गेले... पण पार्वतीबाईंचं अंग अजून थरथरतच होतं.

''चंद्रे, मला त्या फुलपात्रातलं पाणी दे गं जरा.'' असं म्हणून कसातरी फुलांचा हार बाजूला ठेवत त्या मंचकावर आडव्या झाल्या...

* * *

नारायणराव पेशवे शनिवारवाड्याच्या गणेश दरवाजासमोरच्या बाजूला असलेल्या, आपल्या खासगीकडच्या महालातील मंचकावर विश्रांतीसाठी पहुडलेले होते– वय जेमतेम अठरा वर्षांचं; त्यामुळे गोऱ्यापान चेहऱ्यावर एक प्रकारचा कोवळेपणा अन् जबाबदारीची नीट जाणीव नसल्यानं दिसणारी बेपर्वाईची झाक.

त्यांच्या पायांपाशी नुकत्याच गर्भार राहिलेल्या, गोऱ्यापान, देखण्या अन् कोवळ्या वयाच्या गंगाबाई बसल्या होत्या. अंगावरचे दागदागिने अन् नऊवारी लुगड्याचा घोळ सांभाळताना त्यांची तिरपीट उडत असे; त्यामुळे पेशव्यांच्या पत्नीच्या ठिकाणी असावा तसा तोराही त्यांच्या व्यक्तिमत्त्वात दिसत नव्हता. स्वभावानंही त्या अंमळ सौम्यच होत्या.

पेशवे विश्रांती घेत असल्यानं महालात दुसरं कुणीच नव्हतं.

''ऐकलं का– सध्या दादासाहेब व आपण यात बरंच वितुष्ट आल्याचं वाड्यात ऐकायला मिळतंय् ...'' गंगाबाई म्हणाल्या.

''गंगे, तुला या राजकारणातल्या गोष्टींचं काय करायचंय? तू आपली आमचे पाय चेप...'' नारायणराव डोळे मिटल्या मिटल्याच म्हणाले.

''तरीपण सांगावं ना– मला बाई दादासाहेबांच्या रौद्रावताराची भीती वाटते...''

''तुम्ही पेशव्यांची बायको ना? असा घाबरटपणा करून चालणार नाही. राजकारणात असल्या गोष्टी चालणारच!''

''तसं नाही; पण दादासाहेबांची आपल्यावरची नाराजी मर्यादेबाहेर चालल्याचं आम्ही ऐकतोय्! दादासाहेबांच्या बदामी महाली सध्या सतत सखारामबापू, मोरोबा फडणीस, चिंतो विठ्ठल यांची आपल्याविरुद्ध खलबतं चालू असतात असं नाना फडणीस म्हणत होते...''

''नानांचा स्वभावच संशयी– त्यांना सर्व काळी, सर्व

ठिकाणी आमच्या विरुद्ध कारस्थानांचा संशय येत असतो- आणि काकांचं अन् आमचं पटत नाही हे तर जगजाहीर आहे. प्रत्येक गोष्टीत नाक खुपसण्याच्या अन् सत्तेची हाव बाळगण्याच्या त्यांच्या वृत्तीमुळेच हे घडतं- आमच्या दिवंगत बंधूंनाही त्यांनी असाच त्रास दिला; पण आम्ही त्यांची पर्वा करत नाही! आम्ही पेशवे आहोत- कठोर निर्णय घेताना आम्ही कुणाचाही सल्ला ऐकणार नाही! गंगापूरला गेलो असता दरवेळी मातोश्री हेच सांगतात...''

''सासूबाईंना पुण्यातील परिस्थिती माहिती नाही- सध्या खाश्या स्वाऱ्यांच्या पहाऱ्यावरील गारद्यांशी आनंदीकाकूंची सलगी खूप वाढली आहे म्हणे... पार्वतीकाकू म्हणत होत्या, गारद्यांना पगारवाढ हवी असेल तर देऊन टाकावी...''

यावर रागारागानं काहीतरी बोलण्यासाठी पेशवे उठले, तेवढ्यात एक दासी आत आली.

''पार्वतीकाकू इकडेच येताहेत जी...'' हे ऐकून पेशव्यांचा पारा खाली आला. पार्वतीबाईंविषयी त्यांना खूप आदर होता.

''काकू अन् आमच्या महाली... आणि या वेळेला...'' असं म्हणत नारायणराव गडबडीने उठून बसले. गंगाबाईही पदर सावरून मोठ्या अदबीनं बाजूला जाऊन उभ्या राहिल्या.

...अन् पार्वतीबाई हातात एक साठवणाचा छोटा डबा घेऊन आत आल्या.

''या, या, काकू... हे आत्ताच आम्ही गंगेला म्हणत होतो की, पार्वतीकाकूंची बरेच दिवसांत गाठ पडली नाही,'' नारायणराव हसून म्हणाले.

''पुरे हो नारायणा... कुणी ऐकलं तर त्याला खरं वाटायचं...'', तोंडावर पदर घेऊन हसत पार्वतीबाई म्हणाल्या.

गंगाबाईंनी चेहऱ्यावरचं हसू लपवलं. आत्ता गमतीनं सारं चाललं असलं तरी पतीराजांचा लहरी स्वभाव लक्षात घेता,

त्यांना कधी राग येईल ह्याची खात्री नसायची...

"आणि काकू, हा डबा कसला?"

"नारायणा, एक-दोन दिवस द्यायचं म्हणून म्हणत होते; पण जमलं नाही– हे साजूक तुपातले मुगाचे लाडू गंगेसाठी केले होते, तिला आता या अवघडलेल्या दिवसांत काहीतरी खावंसं वाटत असेल ना, म्हणून आणि तुलाही आवडतातच ना..."

"वा! काकू, या गंगेचे सारखे लाड चालू असतातच– पण आता तुमच्या हातचे लाडू आम्ही खाणार...", नारायणराव उत्साहानं म्हणाले.

आता मात्र गंगाबाईंना हसू आवरेना. पटकन काकूंच्या हातचा डबा घेऊन त्या आत गेल्या. त्यांची दासीही त्यांच्या पाठोपाठ गेली...

...कुणी नाही असं पाहून पार्वतीबाई मंचकावर नारायणरावांच्या शेजारी बसल्या. त्यांच्या पाठीवर हात ठेवून समजुतीच्या स्वरात म्हणाल्या, "नारायणा, तुला एक सांगू का?"

"वा, काकू हा काय प्रश्न झाला? आम्ही पेशवे असलो तरी जगाला– तुम्हाला नाही!"

"नारायणा, तुला विनवून सांगते– दादासाहेबांशी जमवून घे. दोघांमध्ये एवढं वितुष्ट नको. ते कुणाच्याच दृष्टीनं बरं नाही..."

"काकू, आम्ही जमवून घ्यायचाच प्रयत्न करतो– पण दादासाहेब आणि त्यांचे कारभारी सखारामबापू यांनी आमच्यावर दडपण आणण्याचा प्रयत्न केला तर ते आम्ही जुमानणार नाही! शेवटी आम्ही छत्रपतींचे पेशवे आहोत– निष्पक्षपाती व कठोर निर्णय घेण्याचे स्वातंत्र्य आम्हाला आहे."

"नाही कोण म्हणतं? पण थोडं खुबीनं वागावं. युक्तीनं दादासाहेबांना सांभाळावं– मधूनच त्यांचा सल्ला घेतल्यासारखं दाखवून, छोट्या छोट्या गोष्टीतरी त्यांच्या मनाप्रमाणे कराव्यात.

माधवानं तुम्हाला दादासाहेबांच्या ताब्यात देऊन बापू व नानांच्या सल्ल्यानं वागावं असं सांगितलं होतं ना? ते मनी आणावं आणि गोष्टी हाताबाहेर जाऊन देऊ नये...''

बोलता बोलता पार्वतीबाईंचा स्वर कातर बनला.

''पण काकू, हेच तुम्ही काकांना का नाही सांगत? सगळ्यांचा सूर आमचंच काहीतरी चुकतंय असा असतो...''

''नारायण, आजच दादासाहेबांना आम्ही सांगितलंय– आता बहुधा ते वठणीवर येतील...''

''ठीक आहे; आम्ही तुम्ही सांगताय त्याप्रमाणे वागण्याचा प्रयत्न करू. गारदी बंदोबस्ताचा तनखा अवाच्या सवा वाढवून मागताहेत. आजच काकांशी आम्ही याबाबत चर्चा करू! त्यांचा सल्ला घेऊ...''

''हीच अपेक्षा होती आमची. आमचा जीव आता भांड्यात पडला...'' पार्वतीबाई समाधानानं हसल्या.

* * *

संध्याकाळी दिवेलागणीची वेळ झाली तसं पार्वतीबाईंनी चंद्री कुणबिणीला हाक मारून महालातील दीप प्रज्वलित करायला सांगितले. स्वत:ही देवघरातील देवासमोरची समई लावली. प्रसन्न मनानं त्या पुन्हा बैठकीच्या दालनात आल्या.

मग बाहेरून येणारे स्वारांचे आवाज, घोड्यांचं खिंकाळणं ऐकून त्या म्हणाल्या, ''चंद्रे, आज वाड्यात यावेळी ही गडबड कसली? कुणी खाश्या स्वाऱ्या किंवा सरदार, मानकरी आलेत की काय? पेशव्यांना भेटायला...''

''न्हाई काकू... हुजुरातीचे स्वार आहेत जी. पेशवे तातडीनं गंगापुराला जानार असं म्हंत्यात...''

''गंगापुराला? दुपारी तर नारायणराव काही बोलले नाहीत.''

एवढ्यात एक दासी घाईघाईनं आत आली.

''काकू, सरकारस्वारी इकडेच येतेय जी...''

पार्वतीबाई गांगरल्या. आज दिवसभरात त्यांची गाठ एकदा राघोबादादांशी पडली होती अन् एकदा पेशव्यांशी पडली होती. बोलून डोकं काहीसं शिणलं होतं आणि आता पुन्हा पेशवे येत असल्याची वर्दी मिळाली होती...

...काही क्षणांतच नारायणराव पेशवे महालात दाखल झाले. त्यांच्या चेहऱ्यावरचा संताप लपत नव्हता. तरातरा चालत ते दालनात शिरले.

"बस नारायणा..."

"नाही काकू, गंगापुराला मातोश्रींना भेटण्यासाठी आम्ही जात आहोत– तातडीनं! पण त्यापूर्वी तुम्हाला सांगायला आलो..."

"काय झालं नारायणा?"

"काकू, तुम्हाला सांगितल्याप्रमाणे गारद्यांच्या तनख्याविषयी काकांशी चर्चा करायला गेलो; पण आमचा नम्रपणा पाहून आनंद होण्याऐवजी काकांना जोरच चढला– "एरवी मी तुला नकोसा झालोय. आता कशाला माझा सल्ला मागायला आलास?" अशी सुरुवात करून वाट्टेल तसे भांडले. नाही नाही ते आरोप केले! पार पानिपतापासूनचे मुद्दे काढून भांडले. मनात आणू तर पेशवाई स्वतःच्या नावावर करू म्हणाले– डोकं फिरलंय् काकांचं! आणि आनंदीकाकूही त्या यःकश्चित सुमेरसिंगाची बाजू घेऊन भांडल्या. त्याला लग्नाला आर्थिक मदत केली नाही म्हणून. गारदी काय मराठी दौलतीचे जावई आहेत?"

– तेव्हा काकू, पुन्हा आमच्यात मध्यस्थी करू नका. आता लवकरच काकांना आम्ही असा धडा शिकवू की जन्मभर याद राहील!!"

"नारायणा!"

पण त्यांचं पुढचं बोलणं ऐकायला पेशवे थांबले नाहीत–

जसे वादळासारखे आले तसे निघून गेले.

"हाय रे दैवा..." असं म्हणून पार्वतीबाईंनी कपाळावर हात मारून घेतला...

...थोड्याच वेळात हुजुरातीचे एक पथक पेशव्यांची पालखी घेऊन शनिवारवाड्याबाहेर पडले आणि गंगापूरच्या दिशेने मार्गस्थ झाले.

* * *

शनिवारवाड्याच्या जवळ कसब्यात, बुधवार-शुक्रवार-शनिवार या पेठांत अनेक सरदार व मानकऱ्यांचे वाडे होते; त्यामुळे दिवसा या पेठांमध्ये मोठी वर्दळ असे; पण आत्ता रात्रीच्या वेळेला शांतता पसरली होती. मधूनच एखाद्या घोड्याच्या टापांचा आवाज किंवा मेणे-पालख्या घेऊन जाणाऱ्या भोयांचा पदरव शांतता भेदत होता तेवढाच. बऱ्याचशा नागरिकांची रात्रीची जेवणं होऊन निजानीजही झाली होती...

...शनिवारवाड्याच्या जवळच, किंचित दक्षिणेला असलेल्या त्या वाड्याच्या माडीवर मात्र, एका दालनात दिव्याचा उजेड दिसत होता. तक्क्याला टेकून गादीवर बसलेल्या त्या असामीनं बुटकं, छोटंसं मेज पुढे ओढून घेतलं होतं व ती समोरची हिशेबाची कागदपत्रं बारकाईनं तपासत होती. दिवसभराच्या कामानं थकून गेलेली असली तरी ती असामी नेटानं काम करत होती. शिडशिडीत अंगकाठी, गौरवर्ण, उभट चेहरा, अंगातील घोळदार पांढरा अंगरखा या वैशिष्ट्यांसह ती असामी म्हणजे पेशव्यांच्या फडावरील कुणीतरी सामान्य कारकून वाटत होती– मात्र, त्या असामीची तीक्ष्ण, भेदक नजर आणि नजरेतील असामान्य चमक याकडे लक्ष गेलं की, ती कुणीतरी बडी असामी असावी असं वाटे...

...माडीवर येणाऱ्या लाकडी जिन्यावर पावलं वाजल्याचा आवाज आल्यावर त्या असामीनं आपलं काम थांबवून कडक

आवाजात विचारलं,

"कोण आहे?"

"नानास्वामी, मी आहे– खाशाबा."

"एवढ्या रात्री? ये!"

माडीच्या दरवाजातून कांबळं पांघरून घेतलेला एक म्हातारा हातातील काठी भिंतीला टेकवून ठेवून आत आला; मग कांबळं बाजूला ठेवून त्यानं नानांसमोर लोटांगण घातलं आणि भिंतीकडेच्या जाजमावर तो अंग चोरून बसला. आजपर्यंत किती वेळा तो इथं आला होता तरी नाना फडणीसांविषयी वाटणारी आदरयुक्त भीती तो झटकू शकला नव्हता.

"बस, बस. काय खबरबात?"

"वाड्यावरून चंद्रीचा निरोप आलावता जी..."

"काय म्हणते तुझी चंद्री?"

"पोरगी अस्वस्थ हाये..."

"का बरं?"

"आज पार्वतीकाकूंकडे दादासाहेब येऊन गेले."

"मग?"

"सरकारस्वारीविषयी दादासाहेबांनी लई तनतनाट केला... काकूंनी शांत केलं पन त्याआधी लईच भडकलं; म्हनालं, दुसरं कुनी आस्तं तर खांडोळी केली असती..."

"काय? असं म्हणाले दादासाहेब?"

"जी..."

नाना थरारले. राघोबादादांचा तापटपणा त्यांना माहीत होता.

"आणि?"

"सांजच्या येळेला खुद्द सरकारस्वारी काकूंकडे येऊन गेली..."

"कोण पेशवे?"

"व्हय, त्ये दादासाहेबांकडे जाऊन आले व्हते. तिथं लई

भांडन झालं! सरकारस्वारी बोलली, दादासाहेबांस्नी धडाच शिकवतो...''

''काय? इथपर्यंत गोष्टी गेल्या...''

''व्हय... काकूंच्या डोक्याला लई तरास जाला. हाथरुनावर झोपल्या... मग चंद्रीनं लिंबूसरबत करून दिलं...''

''हं. ठीक आहे. चंद्रीला म्हणावं असंच लक्ष ठेवत जा. काही खुट्ट झालं तरी आम्हाला समजलं पाहिजे...''

''जी''

''तू जाऊ शकतोस...''

* * *

दुसरे दिवशी प्रभातीची वेळ होती. बुधवार पेठेतील मानाईच्या मळ्यातील बेलबागेच्या मंदिरात विष्णुमूर्तीसमोर पहाटेची काकडआरती होऊन गेली होती. उपस्थित असलेल्या भाविकांची गर्दी पांगली होती. अशा वेळेला भव्य सभामंडपातील लाकडी खांबाला टेकून एका कापडी आसनावर बसून नाना फडणीस नित्यनेमाप्रमाणे विष्णूसहस्रनाम म्हणत होते. डोळे मिटून भक्तिभावानं स्तोत्रं म्हणताना ते तल्लीन झाले होते– मनानं ते केव्हाच पानिपत युद्धाआधी दर्शन घेतलेल्या मथुरावृंदावनात पोहोचले होते. स्तोत्रं म्हणून झाल्यावर प्रसन्न मनानं त्यांनी डोळे उघडले, तो काय त्यांच्यापासून थोड्याशाच अंतरावर, पुजाऱ्याने दिलेल्या आसनावर हात जोडून एक भारदस्त व्यक्ती बसली होती. नानांशी बोलण्याची वाट पाहत होती.

''कोण? अंबूजी इंगळे? आणि इकडे पुण्यात?''

''अरे वा, नाना– बरेच दिवसांनी पाहूनही मला लगेच ओळखलं तुम्ही!''

''पाटीलबाबांच्या उजव्या हाताला विसरून कसं चालेल?'' नाना म्हणाले.

अंबूजी खुशीनं हसले.

"नाना, पाटीलबाबांनी तुम्हाला दंडवत सांगितलाय."

"छे छे! पाटीलबाबा वयानं, मानानं अन् योग्यतेनं आमच्यापेक्षा कितीतरी मोठे– उलट उत्तरेत गेल्यावर आमचाच दंडवत त्यांना सांगावा! बरं, पुण्यात किं निमित्त?"

"नाना, पाटीलबाबांना तुमच्या पुण्याचं फार वेड– प्रत्येक गोष्ट पुण्याची असली की त्यांना श्रेष्ठ वाटते! आत्तासुद्धा घोडदळासाठी काही जनावरं खरेदी करायची होती. त्यांनी आम्हाला पुणे बाजाराकडे पाठवलं..."

कधी न हसणारे नाना किंचित हसले.

"...ते काम १-२ दिवसांत आटपलं. मग परत जाताना तुम्हास भेटून जावं म्हटलं..."

"फार उत्तम केलंत. तसा पत्रांमधून क्षेम समाचार महादजींना कळवत असतोच; पण सगळ्या गोष्टी लिहिता येत नाहीत..."

अंबूजींनी चमकून नानांकडे पाहिलं.

"फक्त तोंडीच बोलण्यासारख्या काही गोष्टी आहेत का?" त्यांनी विचारलं.

एक क्षणभर नानांचं मन द्विधा झालं. काही गोष्टी बोलाव्या की नाही असं त्यांना वाटलं; पण शेवटी बोलणंच दीर्घकालीन हिताचं आहे असं त्यांच्या मनात आलं.

"अंबूजी, तुम्ही जुनी माणसं. तुमच्यापासून काय लपवायचं? अगदी मुद्द्याचं सांगतो, ते पाटीलबाबांच्या कानी जाऊ द्या– पुन्हा एकदा काका-पुतण्यांचा राजकीय संघर्ष मराठी दौलतीत उभा राहिला आहे! माझ्यासारख्या शिवशाहीच्या हितचिंतकांची कोंडी होते आहे! मागच्या वेळी पुतण्या माधवराव पेशव्यांसारखा समर्थ होता– यावेळी पुतण्या अननुभवी, लहरी, पोच नसलेला असा असल्यानं काकांचं पारडं जड होऊ शकतं आणि संघर्ष टोकाला जात चालला आहे!! एवढंच सांगितलंत तरी पुरे..."

◆

।। दोन ।।

मध्यान्हीची वेळ होती. शनिवारवाड्याच्या ईशान्य टोकाला म्हणजे पार्वतीकाकूंच्या महालाच्या बरोबर विरुद्ध टोकाला असलेल्या आपल्या महाली राघोबादादा त्यांच्या सहकाऱ्यांबरोबर हास्यविनोद करत बसले होते– उपस्थितांमध्ये पानाची तबकं फिरत होती.

"अखेर आलेच की नाही सल्ला मागायला– अजून विशीत नाही प्रवेश केला अन् शहाणपणा करत होते! शेवटी आले दादासाहेबांना शरण..." चिंतो विठ्ठल हसून म्हणाले.

"पण दादासाहेबांनी पेशव्यांची चांगली जिरवली– म्हणाले नारायणा, आता का सल्ला मागायला आलास? थोडक्यात, "तेव्हा कुठे गेला होता राधासुता तुझा धर्म असंच विचारलं ना दादासाहेबांनी..." मांडीवर थाप मारत भवानराव प्रतिनिधी म्हणाले. "आता पळता भुई थोडी होईल– गारद्यांशी वाटाघाटी करायच्या म्हणजे काय थट्टा आहे– डोकेफिरू लोक ते..." मोरोबादादा म्हणाले.

हे सर्व ऐकताना राघोबादादा गालातल्या गालात हसत होते. त्यांना स्वत:ची स्तुती ऐकून आनंदाच्या उकळ्या फुटत होत्या.

एवढ्यात चिंतो विठ्ठल म्हणाले, "पण सखारामबापू कुठे

आहेत? दादासाहेबांनी पेशव्यांची जिरवलेली कळल्यावर त्यांना मोठं समाधान वाटलं असतं. कारण त्या दिवशी भर दरबारात पेशव्यांनी बापूंचा उपमर्द केला– तुम्ही लेल्यांची वकिली का करताय म्हणून...''

''तुम्हा सर्व मंडळींच्या राजकारणांमुळे आमच्या बापूंचं मन त्रस्त झालं आहे... त्यांना हल्ली रात्री झोप लागत नाही, अशी त्यांच्या कुटुंबाची तक्रार आहे...'' देवघरातून बाहेर आलेल्या आनंदीबाई फणकाऱ्यानं म्हणाल्या.

''हे तुमचं आपलं काहीतरीच वहिनीसाहेब– उलट पेशव्यांचं आता कसं होणार म्हणून बापूंना झोप लागत नसेल–'' मोरोबा म्हणाले.

हे ऐकून राघोबादादा मोठ्यानं हसले.

एवढ्यात बाहेरून शिपायांचं बोलणं, शस्त्रांचा खणखणाट व घोड्यांच्या टापांचा आवाज, बराच गलका ऐकू येऊ लागला.

''बाहेर हा कसला गलका होतोय?'' आनंदीबाई म्हणाल्या.

''अहो, पेशवे मातोश्रींचा सल्ला विचारून गंगापुराहून आले असतील...'' मोरोबा कुचकटपणे म्हणाले.

''छे! पेशव्यांची स्वारी सकाळीच वाड्यावर आली.''

पुढचे तर्कवितर्क कुणी करणार एवढ्यात सखारामबापू बोकील घाईघाईनं आत आले. त्यांचा चेहरा पडला होता.

''दादासाहेब, घात झाला...'' घाईनं ते म्हणाले.

''बोला बापू...''

''दादासाहेब, आपल्या निवासस्थानांवर गारद्यांचा पहारा ठेवण्यात येतोय... अन् हुजुरातीचं छोटं पथकही बंदोबस्तात तात्पुरतं सामील आहे. आपल्याला नजरकैदेत ठेवण्यात आलं आहे!''

''नजरकैद?'' राघोबा घोगऱ्या आवाजात म्हणाले.

''होय दादासाहेब, पेशव्यांचा तसा हुकूम आहे...''

दरवाजातून आवाज आला.

सगळ्यांनी चमकून तिकडे पाहिलं. हुजुरातीचे सेनापती हरिपंत फडके आत आले.

"हरिपंत, हा काय तमाशा आहे?"

"तमाशा नव्हे, ही वस्तुस्थिती आहे! आम्ही केवळ हुकमाचे ताबेदार! दादासाहेब, आजपासून पुढील हुकूम होईपर्यंत आपण, वहिनीसाहेब व अमृतराव यांना निवासस्थान सोडून जाता येणार नाही!! बाकीच्यांचं जाणं-येणं, नित्याचे व्यवहार नेहमीप्रमाणेच सुरू राहतील. सुमेरसिंग गारद्याच्या पथकाचा पहारा अष्टौप्रहर सुरू राहील..."

"हरिपंत तात्या, हे बरं नव्हे! याचे परिणाम चांगले होणार नाहीत!" राघोबादादा धमकावणीच्या स्वरात म्हणाले.

पण हरिपंतांवर त्याचा काहीही परिणाम झाला नाही.

"आपल्या भावना मी पेशव्यांना कळवतो..." एवढं बोलून ते दरवाजातून बाहेर पडले.

राघोबांच्या महालातील मंडळींमध्ये एकच खळबळ उडाली.

* * *

नाना फडणीसांना चित्रसंग्रहाचा मोठा जबरदस्त छंद होता. निरनिराळ्या चित्रकारांनी काढलेली देवादिकांची व प्रसिद्ध व्यक्तींची सुंदर चित्रं त्यांनी जमवली होती आणि वाईजवळील मेणवली गावच्या आपल्या वाड्यात हा संग्रह ठेवला होता. आत्तासुद्धा 'मस्तानीबाईसाहेबांचं अस्सल चित्र' आपल्याजवळ आहे असा दावा करणाऱ्या एका संग्राहकाला त्यांनी मेणवलीला बोलावलं होतं. त्याच्याजवळून जरा जास्तच किमतीला ते विकत घेतलं होतं– शिवाय थोरल्या बाजीरावसाहेबांचं अस्सल चित्र मिळवून देण्याचं आश्वासनही त्याच्याकडून घेतलं होतं...

...त्यामुळे दोन दिवसांचा मुक्काम आटोपून मेणवलीहून ते पुण्याला परतले तेव्हा जरा खुशीतच होते. बुधवारातील

आपल्या निवासस्थानी ते परतले तेव्हा संध्याकाळ होऊन दिवेलागण झाली होती.

आपण आल्याचे आपल्या कुटुंबाला– अन्नपूर्णाबाईंना– सांगून ते माडीचा जिना चढून आपल्या खासगीकडच्या खोलीत शिरले– आणि चकितच झाले! त्यांच्या बुटक्या मेजाजवळच असलेल्या बैठकीवर, भिंतीजवळच्या तक्क्याला टेकून सखारामबापू बसले होते...

...तसे दरबारी कामांव्यतिरिक्त बापूंशी त्यांच्या खासगी भेटी क्वचितच होत असत. एकमेकांच्या घरी ते क्वचितच जात-येत असत. शिवाय आधीपासूनच बापूंचा ओढा राघोबादादांकडे तर नानांचा थोरल्या माधवरावांकडे असल्याने तशी त्यांची घसट नव्हती; पण एकमेकांच्या मुत्सद्देगिरीविषयी दोघांनाही आदर होता. तसेच राघोबांशी नानांनी व्यक्तिगत संबंध एवढे चांगले ठेवले होते की, 'सगळ्यांच्या तक्रारी दादासाहेब नानांजवळ सांगतात.' असा प्रवाद लोकांमध्ये पसरला होता– बापूंनाही याची जाणीव होती.

मग आत्ता बापू कशासाठी आले होते? नाना मनाशी अटकळ बांधत होते.

कोनाड्यातील दिव्याची वात साफ करून, त्याची ज्योत मोठी करत नाना म्हणाले, "आत्ताच मेणवलीहून परतलो... काय बापू, काही विशेष?"

आपल्या मेजाजवळील लोड-तक्क्याला टेकून बसलेल्या नानांकडे पाहून बापू गंभीरपणे म्हणाले, "नाना, तुम्ही पुण्यात नसलात की काहीतरी नवीन घोटाळे उत्पन्न होतात– आणि माझ्या डोक्याला ताप होतो..."

"एवढं काय घडलं बापू?"

"नजरकैदेत ठेवल्यापासून दादासाहेबांचा तोल सुटला आहे! दोन दिवसांपूर्वी रात्री त्यांनी स्थानबद्धतेतून सुटका करण्याचा

प्रयत्न केला...''

"म्हणजे पळून जाण्याचा?'' नाना निर्विकार चेहऱ्यानं म्हणाले.

"पाहिजे तर तसं म्हणा! पण शनिवारवाड्यातून पळणं ही काय सोपी गोष्ट आहे? त्यामुळे प्रयत्न फसला... गारद्यांनी पुन्हा त्यांना पकडलं व पहारे कडक केले.''

"पळून जाणं ही कल्पना कुणाची? बापू, तुमची तर नक्कीच नसणार!''

"सांगितलं ना दादासाहेबांचा तोल सुटला आहे म्हणून- मी काय किंवा मोरोबा अथवा चिंतो विठ्ठल काय, असला मूर्खपणाचा सल्ला देऊ काय? पण हल्ली दादासाहेब व आनंदीवहिनी मधूनच त्या तुळाजी पवाराच्या फार आहारी जातात आणि मग चुकांमागून चुका घडतात- शेवटी एका हुजऱ्यांचं किती ऐकायचं यालाही काही मर्यादा आहे की नाही?''

"खरं आहे...''

"हा प्रयत्न फसल्यावर दादासाहेबांनी रागारागानं अन्नत्याग केला! नारायण आमचे हाल करतो, विपत्ती सोसवत नाही तेव्हा आनंदी व दत्तकपुत्र अमृतरावासह प्राण देतो असा थयथयाट केला! हे सांगायला श्रीमंत नारायणरावांकडे गेलो तर त्यांनी चेष्टेचाच सूर लावला- शिवाय आता सूर्यदर्शनासाठी देखील बाहेर पडायचं नाही अशी दादासाहेबांना ताकीद दिली. दादासाहेबांना हे समजल्यावर त्यांनी एका मांत्रिकाला महाली बोलावून श्रीमंतांच्या पदच्युतीचा संकल्प धरून, कसलेसे उग्र अनुष्ठान सुरू केलेय...''

"काय सांगता काय बापू- पेशव्यांच्या कर्त्या पुरुषाकडून हे असलं अनुष्ठान?''

"होय नाना. श्रीमंत गंगापुरी असलेल्या मातुश्रींच्या- गोपिकाबाईंच्या- सल्ल्यानं तर्कटपणे अन् बालिशपणे वागतात

तर दादासाहेब तुळाजीच्या नादानं काहीतरी वेडपटासारखं करतात!''

''बापू, हे असलं ऐकलं की, याच शनिवारवाड्यानं थोरले बाजीरावसाहेब, श्रीमंत नानासाहेब, श्रीमंत माधवराव अशी कर्तबगार माणसं मराठेशाहीला दिली, यावर विश्वास बसत नाही– शिवाय यात मुत्सद्दी चिमाजीअप्पा आणि पानिपतावर गमावलेली रत्नं भाऊसाहेब व विश्वासराव यांचं नाव राहिलंच!'' नाना पोटतिडकीनं म्हणाले.

''खरं आहे नाना, अगदी खरं– पण आता ही आग विझलीच पाहिजे! आपण काहीतरी केलं पाहिजे...'' बापू म्हणाले.

''आपण...'' हा शब्द ऐकून नाना चमकले. माधवरावांच्या काळापासून बापूंमधल्या थोर मुत्सद्याला जसं नाना ओळखून होते, तशी त्यांची सत्ताभिलाषासुद्धा त्यांना परिचयाची होती. दादासाहेबांच्या बाजूनं प्यादी हलवत, काही काळ माधवराव पेशव्यांना सखारामबापूंनी कसं अडचणीत आणलं होतं ते त्यांना आठवलं– केवळ ते माधवरावच होते व त्यांना नानांची साथ होती म्हणून ते निभावून गेले...

''बापू, तुम्हाला खरं सांगू, कौटुंबिक वादात आपण पडू नये असा मी केव्हाच निर्णय घेतला आहे– आम्हा भानूंच्या घराण्याकडे 'फडणिशी' म्हणजे दफ्तर ठेवण्याचं काम व कारकुनगिरी आहे; तीच मी पुढे चालवत आहे– मी काही कुणी मुत्सद्दी नव्हे, शिवाय मला तलवारही चालवता येत नाही! बापू, तुम्ही काय, नागपूरकर भोसल्यांचे कारभारी देवाजीपंत काय किंवा निजामाचा दिवाण विठ्ठल सुंदर काय; तिन्ही 'पूर्ण' शहाणे! मुत्सद्देगिरी व तलवारबाजीतही प्रवीण! आम्ही पडलो अर्धेच शहाणे! तेव्हा राजकारणाच्या भानगडीत मी न पडलेलंच बरं. शिवाय पेशव्यांनी एखादे वेळी माझं ऐकलं तर मातुश्री गोपिकाबाईंनाही आवडत नाही की,

आनंदीबाईसाहेबांनाही आवडत नाही– तेव्हा कौटुंबिक वाद ज्याचे त्यानं सोडवावे. आम्ही फक्त मराठी दौलतीचे एकनिष्ठ सेवक...''

''पण नाना, हे तुमचं अलिप्तपण मराठी दौलतीच्या मुळाशीच आलं तर? कारभारात अराजक व गोंधळ माजला तर? आधीच सातारा दरबारात छत्रपती रामराजांचे कान फुंकणारे स्वार्थी लोक आहेत... छत्रपतींनी वैतागून पेशवाईची वस्त्रं नारायणरावांकडून काढून घेतली तर?'' बापूंनी नानांना विचारलं.

''तर तो दैवदुर्विलास समजावा...'' नाना ठामपणे म्हणाले.

अखेर बापूंनी हार पत्करली. मोरोबा त्यांना म्हणालेच होते, 'या नानाच्या अंत:करणाचा थांग तुम्हाला लागणार नाही. म्हणून!' शिवाय बोलण्यावरून तरी नाना काहीच हालचाल करायला तयार दिसत नाहीत. उगीच बोलणं रेटण्यात काहीच अर्थ नाही.

''ठीक आहे नाना– पण माझ्या बोलण्यावर पुन्हा एकदा विचार करून ठेवावा–'' असं म्हणून बापू जायला निघाले.

नाना फक्त किंचित हसले.

बापू गेल्यावर त्यांनी टाळी वाजवून खाशाबाला बोलावून घेतलं. म्हणाले, ''चंद्रीला म्हणावं दादासाहेबांच्या महाली कोण कोण मंडळी येतात-जातात यावर बारकाईनं लक्ष ठेव, माहिती काढत राहा.''

* * *

...पुण्याच्या पश्चिमेला सह्यगिरीच्या दुर्गम पर्वतरांगा ओलांडल्यावर जो कोकणपट्टीचा समुद्रकिनारा होता, त्याला लागून टोपीकर इंग्रजांचं एक प्रमुख ठाणं होतं– मुंबई! या मुंबापुरी नगराचं नाव अजून फारसं कुणाला माहितीही नव्हतं– राजकारणाच्या दृष्टीनं मोगलांचं दिल्ली अन् मराठ्यांचं पुणं यांच्या एक शतांशही महत्त्व त्यावेळी मुंबईला नव्हतं; पण टोपीकर इंग्रजांच्या 'ईस्ट इंडिया कंपनी'चं हिंदुस्थानातील

कलकत्ता, मद्रास येथील ठाण्यांच्या खालोखाल ‘बॉम्बे प्रोव्हिन्स’ मानलं जायचं...

...त्या रात्री मुंबईच्या समुद्रकिनाऱ्यावरील ‘फोर्ट जॉर्ज’मधील आपल्या ऑफिसमध्ये गव्हर्नर हॉर्नबी बसला होता. त्याच्या मागच्या भिंतीवर कंपनीचं लंडन येथील मुख्यालय, बकिंगहॅम पॅलेस, थेम्स नदीचा देखावा अशी निवडक तैलचित्रं लटकावली होती. त्याच्या समोरच्या टेबलावरील नक्षीदार कँडल स्टँडमधील मेणबत्तीच्या प्रकाशात, टेबलावरच ठेवलेला पृथ्वीचा गोल चमकत होता.

हॉर्नबीच्या समोरच पुणे दरबारातील इंग्रजांचा वकील मॉस्टिन बसला होता– प्रवासामुळे तो दमला होता. पुण्याहून घोडेस्वारी करत मुंबईला यायचं म्हणजे काही गंमत नव्हती. सह्याद्रिच्या दुर्गम पर्वतरांगा ओलांडणं म्हणजे कसलेल्या घोडेस्वाराचीही हाडं खिळखिळी व्हायची.

“बोला मॉस्टिन, काय बातमी आणली तुम्ही?”

“मिस्टर हॉर्नबी, पेशव्यांच्या दरबारात सध्या गृहकलहाचा व भाऊबंदकीचा खेळ भलताच रंगला आहे...”

“पण मॉस्टिन, यात नवीन काय आहे? माधवराव पेशव्यांच्या काळापासून ते चालत आलं आहे.”

“तसं नाही– आता आग फारच वाढत चाललीय. नुकतंच पेशव्यांनी राघोबादादाला कैदेत टाकलं!”

“अरेच्या, मग प्रकरण फारच पुढे गेलं...”

“पण राघोबाही स्वस्थ बसलेला नाही. त्यानं त्याच्या बाजूला माणसं जमवायला सुरुवात केली आहे– सखारामबापू बोकील, मोरोबादादा वगैरे मुत्सद्दी मंडळी तर त्याच्या बाजूची आहेतच; पण भवानराव प्रतिनिधीसारखा सातारा दरबारात वजन असलेला माणूसही राघोबाच्या बाजूला आहे. मध्यंतरी होळकरांचे कारभारी नारो गणेश, मुधोजी भोसल्यांचा एक वकील वगैरे मंडळी

राघोबाला येऊन भेटून गेली...''

"पण महादजी शिंदे कुणाच्या बाजूला आहे? आणि तो महाधूर्त नाना फडणीस?''

"त्यांचा अजून काही थांगपत्ता लागत नाही.''

"मग लक्षात ठेवा मॉस्टिन, रात्रंदिवस शनिवारवाड्यावर लक्ष ठेवा! जर राघोबा आणि पेशवे यांच्या बेबनावाचा फायदा आपण घेऊ शकलो, मराठ्यांमध्ये फूट पाडू शकलो तर अख्खा हिंदुस्थान आपला होईल– कारण मुघलांमध्ये आता काही दम राहिलेला नाही. ते महादजीच्याच तंत्रानं चालतात. हैदर, निजाम, शीख वगैरे एकांडे शिलेदार आहेत– मराठ्यांचा पराभव झाला तर आपल्या कंपनीचा फायदाच फायदा! साऱ्या हिंदुस्थानची योजनाबद्ध लूट करता येईल!'' हॉर्नबी मोठ्या उत्साहानं म्हणाला.

"आणि या साऱ्यातून पैसा मिळाला तर बॉम्बे प्रोव्हिन्स तोट्यातून फायद्यात येईल; शिवाय वुई विल बी प्रमोटेड!'' मॉस्टिनही आनंदानं म्हणाला.

"म्हणूनच डोळ्यांत तेल घालून लक्ष ठेवा आणि माझ्याकडे बातमीपत्र देत राहा...'' आपल्या हातानं पृथ्वीचा गोल फिरवीत गव्हर्नर हॉर्नबी म्हणाला...

* * *

अशा प्रकारे शनिवारवाड्यातील बेबनावाचे पडसाद सर्वत्र उमटत असताना दोन जावांमुळे गृहकलहात आणखी भर पडत होती– गोपिकाबाईंनी आपल्या मुलाला म्हणजे पेशव्यांना अधिकार गाजवण्याचा सल्ला दिला होता आणि ते मागचापुढचा विचार न करता तो अमलात आणत होते, तर आपल्या पतीराजांनी सर्व कारभार ताब्यात घ्यावा म्हणून आनंदीबाई त्यांना चेतवत होत्या.

...यामुळे गोंधळात भर पडेल अशा अनेक घटना घडू लागल्या.

नागपूरचे राजे जानोजी भोसले यांचा मृत्यू झाल्यानं साबाजी व मुधोजी या त्यांच्या दोन मुलांमध्ये सिंहासनासाठी स्पर्धा सुरू झाली. नारायणराव पेशव्यांनी साबाजीला पाठिंबा दिला तर राघोबांनी मुधोजीला– पण बापू व नानांनी कसातरी दोन भावांमध्ये समेट घडवून आणला; त्यानुसार मुधोजीच्या मुलाला गादीचा वारस नेमण्यात आलं; पण जेव्हा नागपूरकर भोसल्यांचे वकील पुण्याला आले तेव्हा त्यांनी राघोबांना पेशव्यांविरुद्ध मदतीचं आश्वासन दिलं. यामुळे चिडलेल्या नारायणरावानं आईच्या– 'गोपिकाबाईंच्या– सल्ल्यानं एका रात्रीत पूर्वीचा निर्णय फिरवून साबाजीला गादीचा वारस जाहीर केलं! बापू व नाना तोंडघशी पडले...

...अशा रीतीने वाद वाढू लागल्यावर कैदेत असलेल्या राघोबांचं डोकं चांगलंच भडकलं व पेशव्यांविरुद्धच्या गटातील लोकांची ऊठबस बदामी महालात वाढत चालली. उन्हाळा संपला. पावसाळाही संपून पुण्यातील प्रसिद्ध गणेशोत्सव जवळ आला, तसा खलबतांनाही ऊत आला...

◆

।। तीन ।।

तो गणेश चतुर्थीचा दिवस होता. पुण्यात घरोघरी गणपती बसलेच; परंतु पेशव्यांकडील सुप्रसिद्ध अशा गणेशोत्सवाला सुरुवात झाली. पर्वतीवरील देवस्थानाच्या आवारात भजने-कीर्तने-ब्राह्मणभोजने यांना प्रारंभ झाला; तर शनिवारवाड्यातील गणेश रंगमहालात करमणुकीचे कार्यक्रम- म्हणजे गायन, वादन, नृत्य यांना सुरुवात झाली. दोन्हीकडे निमंत्रितांची व नागरिकांची गर्दी वाढू लागली. पेशवेपद मिळाल्यानंतरचा, पहिलाच गणेशोत्सव असल्याने नारायणराव उत्साहाने मध्येच पर्वतीवर तर मध्येच शनिवारवाड्यात वावरू लागले...

...पण गणेश चतुर्थीला माध्यान्ही भोजने उरकल्यावर दादासाहेबांच्या शयनगृहात त्यांच्या गोटातील मंडळींचा अड्डा जमला.

दादासाहेब मंचकावर लोड-तक्क्याला टेकून विचारमग्न स्थितीत गोविंदविडा चघळत होते, तर बाजूला सखारामबापू, मोरोबा फडणीस, भवानराव प्रतिनिधी, चिंतो विठ्ठल वगैरे मंडळी आसनांवर बसली होती. आनंदीबाई व राघोबादादांचा हुजऱ्या तुळाजी पवार मध्येच शयनगृहात डोकावत होते.

"काय मोरोबा, मग आज वहिनींच्या हातचे मोदक का?" चिंतो विठ्ठलांनी विचारलं.

“अहो, मोदक काय दरवर्षीचेच आहेत! पण इथं दादासाहेब अटकेत असताना आम्हाला मोदक गोड लागणार का? आं?” मोरोबा म्हणाले. वास्तविक मोरोबा म्हणजे नाना फडणीसांचे चुलतभाऊ; पण सत्ताकांक्षा जबरदस्त असल्याने ते राघोबांच्या पक्षात होते.

“तेच म्हणतो मी, दादासाहेबांच्या अवमानाची पराकाष्ठा झाली– आता किती दिवस स्वस्थ बसायचं?” भवानराव प्रतिनिधी म्हणाले. वास्तविक प्रतिनिधी म्हणजे छत्रपती रामराजांच्या दरबारातील बडी असामी; पण नारायणराव पेशवा व गोपिकाबाई यांच्याशी पटत नसल्याने ते राघोबांच्या गटात सामील झाले होते.

“मीसुद्धा तेच म्हणतेय– इकडच्या स्वारींनी अटकेपार झेंडा लावला; पण कायम दुय्यम वागणूक! पेशवेपद तर राहू द्या; पण इथं कैदेत पडायची वेळ आली...” आनंदीबाई म्हणाल्या.

“बाईसाहेब म्हणतात ते खरं आहे– या नारायणरावाचा आता काटा काढला पाहिजे...” तुळाजी पवार म्हणाला. हे ऐकून सगळी मंडळी दचकली.

“नाही नाही– म्हंजे माज्या म्हणण्याचा अर्थ इतकाच की, नारायणरावाला आता बाजूला केलंच पाहिजे आणि दादासाहेब पेशवे झाले पाहिजेत...” तुळाजी सावरून घेत म्हणाला.

“पण बापू, तुम्ही काहीच बोलत नाही ते...” राघोबादादा अस्वस्थपणे म्हणाले.

“दादासाहेब, मलाही असं वाटायला लागलंय की, आता नारायणरावांनाच कैदेत टाकून आपण पेशवाई ताब्यात घेतली पाहिजे! पण प्रश्न असा आहे– मांजराच्या गळ्यात घंटा बांधणार कोण? कारण हरिपंत, त्र्यंबकमामा पेठे, पटवर्धन हे पेशव्यांच्या हुकमाचे ताबेदार! नाना अलिप्त! आणि शिंदे–होळकर तटस्थ! अशा परिस्थितीत शनिवारवाड्यातून तुम्हाला कैदेतून सोडविणार

कोण? आणि नारायणरावाला कैदेत टाकणार कोण?'' बापू एकेक शब्द तोलून बोलत होते.

''गारदी!!'' आनंदीबाई म्हणाल्या. त्यांच्या डोळ्यांत वेगळीच चमक दिसत होती.

हे ऐकून सगळेच दचकले– हे कुणाच्याच डोक्यात आलं नव्हतं.

''पण त्यांनी हे का करावं?...'' बापू अस्वस्थपणे डोक्यावरून हात फिरवीत म्हणाले.

''द्रव्यलोभापायी या जगात काही लोक वाटेल ते करायला तयार असतात! आणि गारद्यांचं पगारावरून नारायणरावाशी आधीच भांडण आहे– ते नाराज आहेतच... तेव्हा गारदी आपलं काम करू शकतील.'' आनंदीबाई ठामपणे म्हणाल्या.

''आणि त्यांना आपल्याकडे वळवणार कोण?'' चिंतो विठ्ठलांनी विचारलं. ही अवघड कामगिरी आपल्या गळ्यात येऊ नये असं त्यांना वाटत होतं.

''ते माझ्याकडे लागलं... या कानाचं त्या कानाला न कळता सुमेरसिंगाला तयार करतो! वाटाघाटीसाठी आणतो...'' तुळाजी पवार म्हणाला. नारायणरावानं मारलेल्या चाबकाच्या फटक्यांचे वळ त्याच्या शरीराप्रमाणेच मनावरही होते!

''ठीक आहे– कर मग तसं...'' राघोबा उतावीळपणे म्हणाले...

... हळूहळू सर्व मंडळी निघून गेली. आनंदीबाईही आपल्या दालनाकडे जायला निघाल्या.

''अहो!'' राघोबांनी घोगरट आवाजात हाक मारली आणि हलकेच आनंदीबाईंचा हात धरला.

''मला कामं आहेत...'' फणकाऱ्यानं आनंदीबाई म्हणाल्या, अन् हात सोडवून घेत बाहेर जायला निघाल्या.

''मी फक्त तुम्हाला सांगत होतो की, स्वरूपा किंवा केसरीला

पाठवून द्या– थोडे पाय चेपून घेईन म्हणतो...''

''हुं'' असं उपहासानं म्हणून आनंदीबाई निघून गेल्या.

राघोबा समाधानानं हसले.

* * *

पुणे शहरात रोज रात्री अकरा वाजता कोतवालीची इशाऱ्याची तोफ होत असे. त्यानंतर परवानगीशिवाय कुणालाही रस्त्यावर हिंडता येत नसे. आत्ताही तोफेचा आवाज होऊन बराच वेळ होऊन गेला होता अन् रस्त्यांवर चिटपाखरूही नव्हतं. गडद अंधार पडला होता...

...पण अशा वेळेस, शनिवारवाड्यात आतल्या आत हालचाल करायला गारद्यांना थोडीच बंदी होती?

...राघोबादादांच्या महालाचा दरवाजा हळूच उघडून, तुळाजी पवार मांजराच्या पावलानं आत शिरला आणि झोपाळ्यावर बसलेल्या राघोबांच्या समोर उभा राहिला; त्याच्याबरोबर बुरखाधारी चारजण होते.

राघोबांच्या उजव्या हाताच्या आसनांवर बापू व मोरोबादादा बसले होते, तर झोपाळ्याच्या चांदीच्या कडीला रेलून आनंदीबाई उभ्या होत्या.

एक पणती सोडली तर दालनात कसलाच प्रकाश नव्हता; पण ती मध्येच फरफरत असल्याने दालनातील माणसांच्या भेसूर सावल्या भिंतींवर नाचत होत्या.

त्या चौघांनी– सुमेरसिंग, खरगसिंग, महमद इसाफ आणि बहादूरखान यांनी– बुरखे काढले. मोठ्या मग्रुरीनं ते राघोबांसमोर उभे राहिले.

''तुळाजी आपलं काम काय आहे हे गारद्यांना सांगितलं?'' राघोबादादा दबक्या आवाजात म्हणाले.

''होय दादासाहेब– नारायणराव पेशव्यांना धरावे आणि नंतर त्यांना पक्क्या बंदोबस्तात कैदेत टाकावे. या स्वरूपाच्या

कामाची त्यांना कल्पना दिली आहे.''

''गणेशोत्सव संपण्याच्या म्हणजे अनंत चतुर्दशीच्या आदल्या दिवशी हे काम करायचं आहे. त्या दिवशी पर्वतीवर गणेशयाग वगैरे असल्याने वातावरणात शैथिल्य असेल. पेशवे उत्सव नीट पार पडत आल्याने गाफील असतील– अशा वेळेस त्यांना धरायचं...''

''सांगितलं त्यांना. पण...''

''पण काय तुळाजी, पण काय?'' मोरोबांनी अधीरतेनं विचारलं. कधी एकदा राघोबा पेशवे बनतात आणि आपण स्वत: नानाच्या जागी फडणीशी मिळवतो असं त्यांना झालं होतं.

''...पण त्यांना द्रव्य कमी वाटतंय...''

''सुमेर, एक लाख तुम्हें काफी नहीं लगते?''

''हुजूर, सही बोला आपने! पेशवा को गिरफ्तार करने का सिर्फ एक लाख? इसमें हमें कितना धोखा है, ये आप जानते नहीं?'' सुमेरसिंग बोलला.

''ठीक है, दो लाख देंगे,'' राघोबादादा बोली वाढवत म्हणाले.

''नहीं...'' सुमेर ठामपणे म्हणाला.

''ठीक आहे. दादासाहेब आपण तीन लाखाची रक्कम करू– पण याउपर एक छदाम देणार नाही,'' इतका वेळ शांत बसलेले सखारामबापू म्हणाले.

''बरोबर बोललात बापू– ज्यादा से ज्यादा तीन लाख देंगे...'', राघोबा उसनं अवसान आणून म्हणाले.

''ठीक हैं– हम आपका काम करेंगे– लेकिन एक कागजपर आपको ये लिखना पडेगा,'' सुमेर ठामपणे म्हणाला.

''क्यू नहीं, जरूर!'' असं म्हणून राघोबांनी मोरोबांकडे पाहिलं.

मोरोबांनी हळूच एक कागद काढून राघोबांना दिला. त्या चिठ्ठीवर लिहिलं होतं, "नारायणरावास धरावे" राघोबा उठले आणि कोपऱ्यातील मेजावर ठेवलेल्या दौतीत टाक बुडवून थरथरत्या हातांनी त्यांनी त्या मजकुराखाली सही केली. मग येऊन पुन्हा झोपाळ्यावर बसत त्यांनी मोरोबांकडे चिठ्ठी दिली. मोरोबांनी ती वाचून मान डोलवली व सुमेरसिंगाच्या हातात दिली.

"मुझे एक बात आपको– अकेले आपको– पूछनी थी..." सुमेरसिंग म्हणाला.

...त्याबरोबर राघोबांनी सगळ्यांकडे पाहिलं. आनंदीबाईसह– सुमेरसिंग सोडून तेथील सर्व मंडळी निघून गेली.

"पूछो! क्या पूछना था?"

"दादासाहब, हम पेशवा को गिरफ्तारही करेंगे... लेकिन जंग में कुछ भी हो सकता है! अगर गलती से भी पेशवा मर गए तो..."

"कोई बात नहीं... अगर गलती से कुछ हुआ तो हम आपके साथ होंगे... मैं पेशवा बन गया तो तुम्हें कुछ नहीं होगा– और अगर हमारी बात में विश्वास नहीं तो हम काम होने के पहलेही पचास हजार देंगे..." असं म्हणून पैसे आणायला राघोबा अंतर्गृहात गेले...

...तेवढ्यात चपळाईनं सुमेरसिंगानं मेजापाशी जाऊन टाक दौतीत बुडवला व चिठ्ठीतील 'धरावे'मधील 'ध'च्या जागी 'मा' केला! मग पुन्हा तो आपल्या पूर्वीच्या जागी येऊन उभा राहिला...

...राघोबा बाहेर आले आणि मोहोरांची थैली त्यांनी सुमेरसिंगाकडे दिली.

सुमेरनं त्यांना मुजरा केला व तो बाहेर पडला.

...आता मात्र अचानक राघोबांच्या पायातील बळ ओसरले आणि ते मटकन झोपाळ्यावर बसले. आपण नारायणाला

धरायच्या चिठ्ठीवर सही केली हे बरोबर केलं की चूक केलं या द्विधा मन:स्थितीत ते सापडले...

* * *

बदामीमहालातून बाहेर पडल्यावर एका कोपऱ्यावर, मशालीच्या उजेडात सुमेरने "नारायणरावाला मारावे" हे लिहिलेली चिठ्ठी सगळ्यांना दाखविली. सगळेच हादरले.

"ये किसने किया?" तुळाजीनं घाबरत घाबरत विचारलं.

"मालूम नहीं- शायद बाईसाहबने किया होगा या फिर दादासाहबने... लेकिन इसमें हमारा फायदाही है... नारायणराव को जिंदा रखेंगे, तो बच जाएंगे क्या? और नारायणराव अपनों में से हर एक को किसी न किसी तरह की तकलीफ देताही है, तो मर जाने दो साले को..." सुमेर त्वेषानं म्हणाला.

तरीसुद्धा हे काहीतरी भयंकर होतंय हे सगळ्यांना जाणवलं; पण आता परतीचा मार्गच नव्हता!

...खूप लांबून- तटावरून- दोन डोळे आपल्या हालचालींकडे बघताहेत हे या सर्वांच्या लक्षातही आलं नाही. त्यांचा आवाज तेथपर्यंत पोहोचत नव्हता, तरी त्यांची देहबोली लपत नव्हती. काहीतरी शिजतंय हे लांबून पाहणाऱ्या त्या व्यक्तीला जाणवलं...

* * *

नाना फडणीसांना त्या रात्री स्वस्थ अशी झोप लागतच नव्हती. त्यांचं कुटुंब- अन्नपूर्णाबाई- स्वस्थपणे झोपल्या होत्या; पण नाना सतत या कुशीवरून त्या कुशीवर वळत होते. मध्येच त्यांना स्वत:च्या डोळ्यांनी पाहिलेल्या पानिपतच्या रणधुमाळीतील भयाण रक्तपाताविषयी स्वप्ने पडत होती...

...शेवटी ते उठून बसले. खिडकीतून बाहेर पाहिल्यावर मध्यरात्र उलटून गेल्याचं त्यांना जाणवलं. आभाळ भरून आलं

होतं; पण पावसाचा एक थेंबही पडत नसल्याने कोंडल्यासारखं वाटत होतं.

–एवढ्यात खाली दारावर थाप पडल्याचं त्यांना स्पष्ट ऐकू आलं.

माडीचा जिना उतरून चोरपावलानं ते पटपट खाली आले व त्या चोरदरवाजाला कान लावून त्यांनी विचारलं,

"कोण आहे?"

"धनी... म्या खाशाबा..."

खाशाबा आणि यावेळी? नानांचा विश्वासच बसेना; पण हळूच दरवाजा उघडून त्यांनी त्याला आत घेतलं– कारण हा चोरदरवाजा फार थोड्या लोकांना माहिती होता याची त्यांना जाणीव होती.

"काय रे?"

आपादमस्तक काळं कांबळं पांघरलेल्या खाशाबानं ते दूर केलं व नानांना मुजरा केल्यावर तो म्हणाला, "धनी, गेल्या दोन-चार दिसांत बदामीमहालात लई लोक दादासाहेबाला भेटल्यात. आज तोफेनंतर गारदी महालाबाहेर आलं. त्यांच्या हातात एक कागुद व्हता... काहीतरी लई वंगाळ शिजतंय..."

"पण काय चाललंय, त्याचा काही तर्क?"

"त्ये न्हाई सांगता येनार... पण नत्थुखाँबी ह्येच म्हन्तोय..."

नत्थुखाँही नानांच्या विश्वासातलाच माणूस. काहीतरी प्रकरण चाललंय एवढं नक्की; पण काय?

"आणि चंद्री काय म्हणतेय?"

"चंद्रीलाबी असं वाटतंया की, वाड्यात काहीतरी चाललंया पन सरकारस्वारीला त्याचा पत्त्या न्हाई..."

"ठीक आहे, जा तू... बघतो मी..."

खाशाबा गेल्यावर नाना थोडा वेळ अंथरुणावर पडले; पण त्यांना झोप अशी लागलीच नाही– काही करून पेशव्यांना

सावध करायला हवं. पण कसं? उघडपणे सांगावं तर पेशवे पुरावा मागणार आणि तो तर काहीच नव्हता. शिवाय नारायणरावांच्या लहरी अन् संतापी स्वभावामुळे परिणाम काय होईल ते तर सांगताच आलं नसतं...

* * *

सकाळी पर्वती पायथ्याजवळच्या रमण्यात गणेशोत्सवा-निमित्त पेशव्यांच्या हस्ते पुण्याबाहेरून आलेल्या गरीब विप्रांना शिधावाटप आणि दक्षिणावाटप झाले. तसेच पर्वतीवर पण महादेवाच्या देवस्थानाच्या वतीनं शास्त्री– पंडितांचा सत्कार होता.

त्यासाठी पालखीतून पेशवे पर्वतीवर जायला निघाले. बरोबर नाना फडणीस आणि पुरुषोत्तम दाजी पटवर्धन होते. सकाळची वेळ असल्याने हवा मन उल्हसित करणारी होती. वातावरण प्रसन्न होतं.

वाटेत पायऱ्यांच्या एका वळणाजवळील मोकळ्या जागेत, गणेशोत्सवानिमित्त पुण्यात आलेल्या कलावंतांच्या ताफ्याचा लाठी-बोथाटीचा खेळ रंगात आलेला दिसला.

तो पाहिल्याबरोबर पेशवे अचानक पालखीतून खाली उतरले आणि खेळ पाहण्यास उभे राहिले; त्यामुळे नाना व पटवर्धनांसह इतरांनाही थांबावं लागलं.

जरा वेळ खेळ पाहिल्यावर पेशवे त्या कलावंतांना म्हणाले, "बघा, तुमच्या इतक्याच कौशल्याने मीही लाठी-बोथाटी फिरवू शकतो." आणि पाहता पाहता नारायणरावांनी काठी घेऊन उत्साहानं फिरवायला सुरुवात केली! लोकांचा जमावही पेशव्यांच्या कौशल्याकडे आश्चर्याने व कौतुकाने पाहू लागला.

...एवढ्यात पेशव्यांनी खेळावरील आपलं प्रभुत्व दाखविण्यासाठी, नानांच्या डोक्यावरचं पागोटं काठीनं कौशल्यानं उडवलं! नाना या प्रकारानं थोडे खजील झाले. इतरांनाही हा प्रकार फारसा रुचला नाही; पण नारायणराव टिंगलीच्या स्वरात

म्हणाले, ‘‘बघा, बघा, नाना... तुमचं पागोटं डोक्यावरून गडगडलं!’’

बस्स! नानांना पेशव्यांना सावध करायची संधी मिळाली! ती साधत ते हसून म्हणाले, ‘‘श्रीमंत, आम्ही आपले सेवक असल्यानं आमचं पागोटं खाली पडलं तरी त्यात काही विशेष घडलं नाही. डोईला लागलं असतं तरी दौलतीचं नुकसान झालं नसतं... परंतु श्रीमंतांनी आपलं डोकं मात्र सांभाळावं! नाहीतर भलताच अनर्थ व्हायचा!!’’

ज्या नानांचे प्रत्येक वाक्य त्यांचे हिंदुस्थानातील मित्र-शत्रू-राजकारणी काळजीपूर्वक ऐकत त्या नानांच्या वाक्याकडे पेशव्यांनी हसतहसत दुर्लक्ष केलं...

...थोड्याच वेळात पेशव्यांची पालखी मार्गस्थ झाली.

नानांबरोबर असलेल्या पुरुषोत्तम दाजी पटवर्धनांना मात्र नानांनी, पेशव्यांना गर्भित इशारा दिला की काय असा संशय आला. ते अस्वस्थ झाले...

* * *

गणेशोत्सव संपत आला. रंगलेल्या उत्सवात एक प्रकारचं शैथिल्याचं वातावरण पसरलं.

...अनंत चतुर्दशीच्या आधीचा दिवस उजाडला.

त्या सकाळीच नाना पुण्याबाहेर पडले. लोहगडाच्या बाजूला त्यांचं फडणीशीचं काम होतं, ते आटोपून येताना चिंचवडच्या मंदिरात श्रींचं दर्शन घेऊन येण्याचा त्यांचा मानस होता. मात्र, हल्ली केव्हाही पुण्याच्या बाहेर पडण्याची वेळ आली की, त्यांचं मन बेचैन व्हायचं. असं का होतंय ते त्यांचं त्यांनाही कळायचं नाही. सध्या मराठेशाहीत कधी नव्हतं एवढं अस्थिर वातावरण आहे याची त्यांना अंतर्मनात जाणीव होतीच...

* * *

पर्वतीवर गणेशोत्सवाकरिता खास उभारलेल्या शामियान्यात एखादं मोठं कार्य पार पडल्यावर असतं तसं शांततेचं, शैथिल्याचं वातावरण होतं. गणेशयाग संपल्यानं धर्मकार्याची पूजा-सामग्री आवरण्याकरिता भटजी मंडळींची लगबग चालू होती. दुसऱ्या दिवशी अनंत चर्तुदशी असल्यानं पूजेला कुठल्याकुठल्या गृहस्थांकडे जायचं याची चर्चा चालू होती. सरदार-मानकऱ्यांमध्ये आणि त्यांच्या कुटुंबीयांमध्ये केशरीभात व मोदकाचा प्रसाद खाऊन आलेली सुस्ती होती. मध्येच पान-सुपारीची ताटं फिरत होती... मुलं खेळत होती.

खुद्द नारायणराव पेशवे सोवळं नेसूनच उत्सवासाठी पुण्यात आलेल्या सरदार रघुजी आंग्र्यांशी गप्पा मारत होते. सेनापती हरिपंत फडके पेशव्यांना शनिवारवाड्यावर सोडून, त्यांना एका मित्राच्या घरी जेवायला जायचं होतं त्या तजविजीत होते...

अचानक, जेमतेम अठरा वर्षांच्या, गोऱ्यापान, देखण्या अशा आपल्या अननुभवी धन्याला रघुजी म्हणाले, "श्रीमंत, जाण्यापूर्वी आपल्याला एक विनंती करू का?"

"अहो, हे काय विचारणं झालं? पार बाळाजी विश्वनाथांपासून पेशव्यांचा व आंग्र्यांचा घरोबा आहे! मनात असेल ते खुशाल बोलावं."

"आपण रागावणार तर नाही ना?"

"छे, छे! तुम्हाला अभय आहे..."

"श्रीमंत, अनंत चतुर्दशी उलटून जाईपर्यंत आपण शनिवारवाड्यावर जाऊ नये! दगाफटका संभवतो..."

नारायणराव हसले आणि म्हणाले, "रघुजी, अतिप्रेमामुळेच मनात वाईट विचार येतात! तुमची भीती व्यर्थ आहे... शनिवारवाड्यात खुद्द पेशव्यांना कसलं आलंय भय?"

"काही गोष्टी कानावर आल्या..."

"आपण तिकडे लक्ष देऊ नये. निश्चिंत असावं– शिवाय

होणार असेल ते कुठंही घडतंच! चला हरिपंत, आमची परतीची वेळ झाली'' नारायणराव पेशवे कडक स्वरात म्हणाले.

– त्याबरोबर हुजुरातीचं छोटं पथक सज्ज होऊ लागलं. भालदार-चोपदारही सज्ज झाले. हरिपंत फडक्यांनी पेशव्यांसाठी पालखी आणि स्वत:साठी घोडा आणण्याची आज्ञा केली...

त्या माध्यान्हीच्या समयाला शनिवारवाड्यापाशी खाशा स्वाऱ्या आल्या तेव्हा कवठी दरवाजापाशी मेणे थांबले– प्रथम पार्वतीकाकू अन् त्यांच्या मागोमाग नुकत्याच गरोदर राहिलेल्या गंगाबाईसाहेब मंद गतीनं वाड्यात प्रवेशल्या; आपापल्या महालांकडे निघून गेल्या. थोड्याच वेळात हुजुरातीची खाशी पथकं कवठी दरवाजासमोर येऊन थांबली. एक सुशोभित पालखी थांबली व नारायणराव पेशवे खाली उतरले. झटपट चालत आत शिरू लागले. एवढ्यात मागून हरिपंत फडके आलेच; घाईघाईने ते म्हणाले,

''श्रीमंत, रघुजी सुरक्षेविषयी काही बोलले असं कानी आलं– हुजुरातीची पथकं वाड्यातच दोन दिवस थांबवावी का?''

''हरिपंत कमाल आहे तुमची! अहो, ही दिल्ली नव्हे, हे पुणं आहे– इथं दगाबाजी होत नसते! खुद्द पेशवेच जर इथे सुरक्षिततेचं भय बाळगू लागले तर इतरांनी काय करावं? तुम्हाला मित्राकडे भोजनास जायचं आहे, ते निश्चिंत जावं.''

''तरीपण...''

''ठीक आहे. नाना फडणीस सायंकाळपर्यंत पुण्यात येतील. बापूंनाही बोलावू. त्र्यंबकमामा व तुम्ही या– मग वाड्याच्या सुरक्षेचा आढावा घेऊ...''

एवढं बोलून पेशवे झपकन वाड्यात शिरले.

गारद्यांनी दरवाजा आतून बंद करून घेतला...

...हरिपंतांनी घोड्यावर स्वार होण्यापूर्वी चिंतेनं बंद दरवाजाकडे नजर टाकली. वाड्याच्या तटावर असलेल्या

गारद्यांच्या फिरत्या पहाऱ्याकडे दृष्टी जाताच, ''गजानना, तुलाच सर्वांची चिंता'' असं पुटपुटून ते घोड्यावर स्वार झाले व त्यांच्यापाठोपाठ हुजुरातीची सशस्त्र पथकंही तेथून हलली...

◆

।। चार ।।

नारायणराव शयनगृहात पोहोचले तेव्हा शिणलेल्या गंगाबाई त्यांना सामोऱ्या आल्या.

"स्वारींनी आता विश्रांती घ्यावी." त्या गोड आवाजात म्हणाल्या.

"हो, तेच करणार आहोत आम्ही– घटकाभर कुणीही आम्हाला भेटून निद्रेत व्यत्यय आणू नये अशी सर्वांना ताकीद द्या..." असं म्हणून ते शयनगृहात जाऊन मंचकावर आडवे झाले.

–गंगाबाई त्यांच्या पायांपाशी बसून पाय चेपू लागल्या.

नारायणराव ताडकन उठून बसले.

"गंगे, यापुढे आमच्यापेक्षा स्वत:ची काळजी घ्या! तुमच्या पोटात पेशव्यांचा पुढचा वारस वाढतो आहे याची जाणीव असू द्या! जा, तुम्हीही जाऊन विश्रांती घ्या..."

थोड्याशा नाराजीनंच गंगाबाई तेथून निघून गेल्या.

नारायणरावांनी अगदी हलकीशी शाल घेतली आणि ती चेहऱ्यावर ओढून ते आडवे झाले. निद्रेनं त्यांचा ताबा घेतला...

* * *

पेशवे वाड्यात शिरून थोडा वेळ होऊन गेला आणि वरवर

पाहता सगळीकडे सामसूम झाली; पण ती जणू वादळापूर्वीची शांतता होती.

थोड्याच वेळात सुमेरसिंगानं शनिवारवाड्याचे सर्व दरवाजे आतून लावून घेतले; कारण हुजुरातीचे पाच-सात शिपाई सोडले तर आता वाड्यात, गारद्यांचाच खडा पहारा होता. तटांवर, बुरुजांवरही गारद्यांचाच खडा पहारा होता. त्यांचे चेहरे मख्ख होते.

सुमेरपाठोपाठ खरगसिंग, महमद इसाफ आणि तुळाजी पवारही गणेश दरवाजापाशी जमा झाले. सुमेरसिंगानं इशारा केला– त्याबरोबर गणेश दरवाजासमोरच्या रस्त्यावरील तुरळक गर्दीला व दुकानदारांना धमकावत, पांगवत शंभर-दीडशे सशस्त्र गारदी आत शिरले आणि त्यांनी धुमाकूळ घालायला सुरुवात केली– सगळीकडे आरडाओरडा, किंकाळ्या सुरू झाल्या...

...गारदी पेशव्यांच्या महालाच्या दिशेनं सुसाट निघाले. त्यांच्या पुढे नंग्या तलवारी हातात घेऊन सुमेरसिंग, खरगसिंग व तुळाजी पळत होते.

“पेशवा को किसी भी हालत में मत छोडो...” सुमेर ओरडला.

* * *

शनिवारवाड्यात सुरू झालेला गारद्यांचा दंगा आपल्या महालाच्या खिडकीतून पार्वतीबाईंनी पाहिला– गणेश रंगमहाल, फडाचा चौक, हजारी कारंज्याचा हिरकणी चौक, खजिन्याची विहीर या सगळ्या भागांमध्ये हातात नंग्या तलवारी घेतलेले गारदी धुमाकूळ घालत होते. अजबखान्यामध्ये लूट चालू होती...

...पार्वतीबाई एवढ्या धीराच्या; पण त्यांनाही कापरं भरलं! पानिपतच्या धुमश्चक्रीची आठवण पुन्हा जागी झाली! पण स्वत:ला सावरून त्या ओरडल्या, “चंद्रे, मला कुणी काही करणार नाही; पण वेळ न घालवता प्रथम गंगाबाईला तिच्या

दालनातून गुपचूप इतर कुणबिणींच्या मदतीनं बाहेर काढून फडताळांच्या खोलीत लपव जा! पळ!!''

आणि चंद्री खरंच जीव एकवटून गंगाबाईंच्या महालाच्या दिशेनं पळाली...

...पार्वतीबाई मटकन मंचकावर बसल्या.

* * *

नारायणराव पेशवे गाढ झोपले होते; पण बाहेरच्या किंकाळ्यांनी त्यांना जाग आली. गलका प्रचंड वाढला होता. 'मारो–काटो' असे आवाज करत कुणीतरी त्यांच्या महालाच्या दिशेनं येत होतं. ताडकन डोळे चोळत ते उठून बसले.

एवढ्यात खाडकन दार उघडून चाफाजी टिळेकर– त्यांचा हुजऱ्या– आत आला. घामानं तो थबथबला होता. भीतीनं त्याचा आवाज फुटत नव्हता.

''अरे काय झालं काय? कसला दंगा चालू आहे? हा छत्रपतींच्या पेशव्यांचा वाडा आहे की धर्मशाळा?...'' नारायणराव आश्चर्यानं ओरडले.

''धनी, वाड्यावर गारद्यांनी बंड केलं आहे. हुजुरातीचे पाच-सात स्वार व काही कुणबिणी त्यांनी मारल्या! आत्ताच गोठ्यात गाईच्या पाठी लपून बसण्याचा प्रयत्न करणाऱ्या इच्छारामपंत ढेऱ्यांना त्यांनी मारलं! ते आपला शोध घेताहेत, आपण पळावं! त्वरा करावी!!'' सगळा जीव एकवटून चाफाजी म्हणाला.

'गारदी! अखेर व्हायचं तेच झालं– नाना, रघुजी आणि हरिपंतांच्या सावधगिरीच्या इशाऱ्यांकडे आपण दुर्लक्ष का केलं?'

नारायणरावांना पश्चात्ताप झाला.

– पण आता विचार करायलाही अवधी नव्हता. नारायणराव व चाफाजी परसातून पळाले.

* * *

पार्वतीबाईंनी चंद्रीला गंगाबाईंच्या रक्षणासाठी पाठवलं आणि त्या क्षणापासून नारायणरावांची काळजी करत त्या बसल्या होत्या. गोपिकाबाई एकदा माधवराव पेशव्यांबरोबर मतभेद झाल्यावर ज्या गंगापुरात जाऊन राहिल्या होत्या, त्या परत आल्याच नाहीत; तेव्हापासून शनिवारवाड्यातील खाशा स्त्रियांमध्ये पार्वतीबाईच ज्येष्ठ होत्या. नारायणरावाला त्या आईच्या मायेनं वागवत असत...

...अचानक त्यांची तंद्री भंग पावली. खुद्द नारायणराव दारातून पळत आत आले आणि त्यांनी दरवाजा लोटून घेतला. चेहरा काळाठिक्कर पडलेला. कपडे विस्कटलेले. धाप लागलेली.

"काकू, तुम्हीच आता गारद्यांकडे रदबदली करा. तुम्हाला गारदीही मानतात– मला वाचवा!!"

"नारायणा, वाड्याच्या बाहेर पड..."

"काकू सर्व दरवाजे गारद्यांनी रोखले आहेत– मला वाचवा!"

"नारायणा, माझ्या हाती काय आहे? आता एकच व्यक्ती तुला वाचवू शकते!"

"बोला काकू, बोला!"

"ज्यानं हे बंड घडवून आणलं तो तुझा कैदी काका– दादासाहेब!"

हे वाक्य ऐकताक्षणी नारायणराव पुन्हा सुसाट दरवाजाकडे पळाले; जाताजाता म्हणाले, "काकू, आम्ही जातो... गंगेला सांभाळा..."

* * *

पार्वतीकाकूंच्या महालातून लपतछपत नारायणराव बाहेर पडले. मधूनच झाडांमागून, मधून झुडपांमधून धावू लागले– पण चारी बाजूंनी गारदी आपल्या मागावर आहेत, असं म्हटल्यावर त्यांचा तोल सुटला. मृत्यूच्या जाणिवेनंही त्यांना घेरलं. सरळ उघड्यावर येऊन ते राघोबादादांच्या महालाकडे

धावू लागले! दमले असले तरी जगण्याची आशा सुटत नव्हती...

...त्यांना उघड्यावर आलेलं पाहून सुमेरसिंग, खरगसिंग, तुळाजी पवार त्यांच्या मागे धावू लागले...

...ज्या वाड्यानं बाजीराव, सदाशिवरावभाऊ, माधवराव असे ऐश्वर्यवंत वीर पुरुष पाहिले होते, त्याचेच बुरुज व तट जीव वाचवण्यासाठी जिवाच्या आकांताने पळणारा कोवळ्या वयाचा पेशवा पाहत होते...

* * *

माध्यान्हसंध्या उरकणाऱ्या राघोबांच्या मनात येत होतं– एव्हाना नारायणाला पकडून गारद्यांनी त्याला त्याच्या महालात स्थानबद्ध केलं असेल. आपली सुटका करण्यासाठी विजयानं, उत्साहात ते येत असतील. थोड्याच वेळात आपण बापू, मोरोबा, चिंतो विठ्ठल यांना बोलावून घेऊन आपल्या नावाची ग्वाही सगळीकडे फिरवू...

...अशी मनोराज्ये करत त्यांनी बाहेर काय गडबड चालू आहे हे पाहण्यासाठी दरवाजाबाहेर पाऊल टाकले मात्र, वेगानं पळत येऊन नारायणराव त्यांना धडकले...

"...नारायणा, पळतोयस काय तू..." असं त्यांनी अर्धवट विचारलं, तोपर्यंत नारायणरावांनी खाली बसून त्यांच्या कमरेला मिठी घातली!

"काका, गारद्यांनी बंड केलंय. मला पकडण्यासाठी ते येत आहेत– फक्त तुम्हीच त्यांना थांबवू शकता– काका त्वरा करा!"

"नारायणा, आजपर्यंत एवढ्या मिजाशीत अन् अपमानकारक रितीनं माझ्याशी वागलास... आता कैदेत पश्चात्ताप करत बस..."

"काका, मला एकदाच काय; हजार वेळा किल्ल्यात टाका– पण गारदी मला मारायला येत आहेत..."

राघोबादादा काही बोलणार एवढ्यात त्यांच्या लक्षात आलं, नारायणराव म्हणत होते ते खरंच होतं. तुळाजी पवार, सुमेरसिंग, खरगसिंग, महमद इसाफ तलवारी उपसून नजीक येऊन ठेपले होते.

"अरे अरे! हे काय करताय?..."

"दादासाहेब, जे ठरलंय त्याप्रमाणेच करतोय. आता मागे हटलात तर आमचा बळी जाईल!" तुळाजी म्हणाला.

"तुळाजी, थांबा– मला विचार करू दे."

"दादासाहब अब हम नहीं रुकेंगे! इस जानवर को जिंदा रख्खा तो हम मारे जाएंगे– छोडो नारायणराव को..." खरगसिंग ओरडला.

"खरग, सुमेर! राघो भरारी म्हणतात मला! जो माझ्या आज्ञेबाहेर जाईल त्याला कडक शासन होईल..." राघोबा ओरडले.

"दादासाहेब, अब ये नौटंकी नही चलेगी! लिखना अलग, बोलना अलग..." महमद इसाफ म्हणाला.

इतक्यात सुमेरनं नारायणरावांवर तलवार उगारली, "काटो सालेकू..."

नारायणरावांनी पटकन खाली पडून राघोबांच्या पावलांना मिठी मारली.

"मला कैदेत टाका, नाचणीची भाकरी खायला द्या– पण काका मला वाचवा!"

...या विनवणीनं राघोबांचं मन द्विधा झालं. एका हातानं नारायणरावांनी पावलांना मारलेली मिठी सोडवत, दुसऱ्या हातानं सुमेरसिंगाला थांबवण्याचा त्यांनी प्रयत्न केला; पण तुळाजीनं त्यांना बाजूला ढकललं व महालात लोटलं...

...एवढ्यात चाफाजी टिळेकर बाणाच्या वेगानं येऊन नारायणराव पेशव्यांच्या शरीरावर आडवा झाला..." श्रीमंतांना

मारू नगा...'' तो ओरडला, ''छत्रपतींची आण आहे तुम्हाला!''

क्षणार्धात चार तलवारी फिरू लागल्या व चाफाजीची खांडोळी झाली...

मध्ये पडू पाहणाऱ्या गायक नारबा फाटकांची हीच गत झाली– रक्तानी जमीन रंगली. काही क्षणांत हुजुरातीतील नारोबा नाईकही मारले गेले...

...हा सारा प्रकार पाहून भ्रमिष्टासारखे झालेल्या राघोबांना आनंदीबाईंनी महालात खेचलं व महालाचं दार बंद केलं...

...आता मात्र नारायणराव एकटे पडले. जखमी झालेल्या अवस्थेत ते उठून पळण्याचा प्रयत्न करत होते; पण तुळाजी पवारांनी त्यांना जमिनीवर दाबून ठेवलं होतं.

''काकाऽऽ मला वाचवा'' अशी आरोळी नारायणरावांनी मारली खरी; पण ती थांबण्यापूर्वीच सुमेर, खरग, इसाफ यांनी खडाखड घाव घातले. नारायणरावांची भेसूर किंकाळी शनिवारवाड्यावरचे आकाश भेदून आजूबाजूच्या कसबा, शनिवार आदी पेठांमध्ये ऐकू गेली...

...लोकांनी पटापट घराची दारं बंद केली. शनिवारवाड्याच्या परिसरात स्मशानशांतता पसरली; पण आत वाड्यामध्ये मात्र गारदी विजयोन्मादानं थैमान घालू लागले!!

* * *

आपल्या महालातील एका भिंतीला टेकून लटपटत्या पायांनी राघोबा उभे होते– त्यांच्या पायांपाशी अटकेपार जाऊन आलेली त्यांची प्रसिद्ध तलवार पडली होती. त्यांना हलू न देण्यासाठी, आनंदीबाई जिवावर उदार झाल्यासारख्या त्यांना मिठी मारून घट्ट बिलगल्या होत्या.

''आनंदी, मला सोड! मला बाहेर जाऊ दे...''

''नाही, नाही, नाही! आपण बाहेर गेलात तर हाताबाहेर गेलेले गारदी आपल्यालाही जिवंत सोडणार नाहीत...''

“पण हे कुणामुळे घडलं? नारायणाला फक्त धरण्याचे ठरले होते.”

“मला काय माहिती?”

“बोल चांडाळणी, हे तू घडवलंस? मघा गारदी म्हणत होते– “लिखना अलग और बोलना अलग” म्हणून...”

“मी हे असं करेन का? नारायणाला पेशवाईची वस्त्रं माझ्या आग्रहामुळे तर दिली गेली! हे नक्कीच गारद्यांपैकी कुणीतरी केलं. नारायणरावाचं अन् त्यांचं पटत नव्हतं.”

“पण आता काय करायचं?”

“आता एकदा जे घडलं ते मागे टाकून धीरानं शनिवारवाड्याची सूत्रं ताब्यात घ्यायची– ज्यासाठी आपला अट्टाहास होता ती पेशवाईची वस्त्रं छत्रपतींकडून मिळवायची...”

“पण गंगाबाई व पार्वतीवहिनींचं काय?”

“तूर्त त्या इथंच आहेत यात आनंद मानायचा! त्या नसत्या तर एव्हाना हुजुरातीच्या फौजेनं तोफांनी वाडा उडवून दिला असता! त्या दोघी आपली ढाल आहेत हे लक्षात ठेवून त्यांचं रक्षण केलं पाहिजे. गंगाबाई प्रसूत व्हायला अजून पुष्कळ काळ आहे– तोपर्यंत आपण पेशवाईची वस्त्रं मिळवून कुरघोडी केली पाहिजे...”

“पण आपल्यावर खुनाचा आरोप आला तर?”

“खून संतापाच्या भरात गारद्यांनी केला– आपण थोडाच केलाय?” असं म्हणत आनंदीबाई राघोबांपासून थोड्या दूर झाल्या...

...राघोबाही थोडे सावरले.

“आनंदी, तू नसतीस तर मी काय केलं असतं?” राघोबा भरल्या गळ्यानं म्हणाले.

* * *

शनिवारवाड्यावर दंगा झाला हे वृत्त हरिपंत फडक्यांना

कळायला जरा वेळ लागला; पण हे कळले. मात्र, हुजुरातीची फौज घेऊन त्यांनी शनिवारवाड्यात प्रवेश करण्याचा प्रयत्न केला; पण शनिवारवाड्यावर ताबा मिळवलेल्या गारद्यांनी त्यांना पुढे सरकू दिलं नाही. तटावरून, बुरुजांवरून छोट्या तोफगोळ्यांचा, बंदुकीच्या गोळ्यांचा एकच मारा झाला. पुढे सरकता येईना.

...वाडा गारद्यांच्या पूर्ण ताब्यात आहे, हे हरिपंतांच्या लक्षात आलं. मात्र, आत नक्की काय झालंय हे कळायला मार्गच नव्हता. पेशवे घराण्यातील सगळ्यांनाच गारद्यांनी कैदेत टाकलं की काय असा विचार मनात येऊन हरिपंतांनी थोड्या सुरक्षित अंतरावरून शनिवारवाड्याला चारी बाजूंनी हुजुरातीच्या फौजांचा वेढा दिला. ते स्वत: बुधवार पेठेतील कोतवाल चावडीकडे निघाले. तत्पूर्वी पुणे शहराची रखवाली करणाऱ्या नारो अप्पाजी तुळशीबागवाल्यांना त्यांनी वेशीवरचे व चौक्यांवरचे पहारे कडक करण्याच्या सूचना दिल्या...

...फक्त त्यांना हे माहीत नव्हतं की, हे सारं होण्याआधीच खरगसिंग व महमद इसाफ यांच्यासह वीस-पंचवीस गारदी तुळाजी पवारला घेऊन पुण्याबाहेर पडले होते...

* * *

हरिपंत फडके कोतवाल चावडीवर हजर झाले आणि त्यापाठोपाठ मराठी दौलतीचे सरदार– मानकरी व मुत्सद्दी तेथे गोळा होऊ लागले. नक्की काय झालंय हे कळलं नसलं तरी काहीतरी भयंकर घडलंय हे साऱ्यांनीच ताडलं होतं; पण मनातल्या मनात. बाहेर कुणी चेहऱ्यावर काहीच दाखवत नव्हतं. खालच्या आवाजात एखाद-दुसरा शब्द बोलला जात होता; पण सारेच प्रचंड तणावाखाली होते. त्यांच्यात बापू–मोरोबा– चिंतो विठ्ठल–भवानराव प्रतिनिधी– मालोजी घोरपडे–बाजीराव बर्वे– सखाराम हरी वगैरे राघोबांच्या पक्षातील मंडळी होती.

तशी हरिपंत, त्र्यंबकमामा पेठे, रास्ते, पुरुषोत्तम दाजी पटवर्धन, तुळशीबागवाले वगैरे पेशव्यांच्या गोटातील मंडळीसुद्धा होती...

...एवढ्यात हरिपंत फडके म्हणाले, "एवढी सारी मंडळी जमलो आहोत; पण ज्यांच्या चातुर्यावर आपली भिस्त आहे, ते नाना फडणीस कुठे आहेत?"

* * *

लोहगडाच्या बाजूचं फडणीशीचं काही काम आटोपून नाना पुण्यालगत पोहोचलेच होते. माधवराव पेशवे गेल्यापासून सतत मराठी दौलतीची चिंता त्यांच्या मनी असे. त्यातूनच सध्या नारायणरावांभोवती असलेल्या अस्थिर वातावरणामुळे मनाच्या आकाशातील मळभ गडद झालं होतं. आता पेशव्यांच्या पदरी राहावं की कुटुंबाला घेऊन कायमचं काशीक्षेत्री किंवा मथुरा-वृंदावनाला जावं, अशी द्विधा मन:स्थितीही झाली होती...

...अचानक लांबून एक घोडेस्वार धूळ उडवीत येताना दिसला, तसं नानांनी आपलं घोडं बाजूला घेऊन एका झाडाखाली उभं केलं आणि आपल्याबरोबरच्या पंधरा-वीस स्वारांनाही हातानं थांबण्याचा इशारा केला.

तो स्वार जवळ आला तो घामाघूम झालेल्या स्थितीतच– मोठ्या त्वरेनं तो पुण्यापासून दौडत आला होता. घोड्यावरून उडी टाकून नानांना त्याने मुजरा केला.

"कुणाचा रे तू?"

"तुळशीबागवाल्यांचा जी..."

"काय झालं?"

"नानास्वामी, पुन्यात आक्रीत घडलंया! शनिवारवाड्यावर गारद्यांनी मोठा दंगा केला! आता वाडा त्यांच्या ताब्यात हाय! हुजुरातीच्या फौजेला जवळ येऊ देत नाहीत– आता हरिपंत, बापू, त्र्यंबकमामा, मोरोबादादा, प्रतिनिधी सारं कोतवाल चावडीवर जमल्यात– बुधवारात तुमास्नी जल्दी बोलावलंया..."

हेच ते! गेले कित्येक दिवस मनोमन नाना ज्याला घाबरत होते आणि ज्या शंकेनं त्यांना रात्ररात्र जागं ठेवलं ते भूत हेच!! पण क्षणात नाना सावरले.

"चला, बघताय काय! घोड्यांना टाच द्या," असं आपल्या स्वारांना सांगून नानांनी घोडा भरधाव पुण्याच्या दिशेनं सोडला...

* * *

उंच, गोरेपान, लांब नाकाचे पण अत्यंत किडकिडीत असे नाना फडणीस कोतवाल चावडीवर हजर झाले तेव्हा त्यांच्या मित्रांच्याच काय; पण शत्रूंच्याही जिवात जीव आला. आपल्या भेदक नजरेनं एकदाच सगळ्यांना न्याहाळल्यावर नाना हरिपंतांना म्हणाले, " केव्हा घडलं हे सारं..."

"माध्यान्हीला."

"म्हणजे बराच वेळ उलटून गेला– हुजुरातीनं वेढा घालण्याआधी कुणी मंडळी निसटून जाऊ शकतात."

"पण सर्व दारं बंद असून, गारद्यांचा कडक पहारा आहे..."

"आपल्या तोफांचे गोळे पडू लागले की काही वेळात गारदी शरण येतील!" भिवराव पानसे त्वेषाने म्हणाले. या वाक्यानं सगळे हादरले.

"आत खाशी मंडळी आहेत, त्यांना इजा पोहोचू शकते; तेव्हा अविचार नको!" नाना घाईघाईने म्हणाले. उतावीळपणा त्यांना जराही खपत नसे.

"तर काय... आपल्याच बुरुजांवर आपण तोफा डागायच्या म्हणजे कसंतरीच वाटतं..." किंचित हसून मोरोबा अतिउत्साहानं म्हणाले.

नानांनी एकदाच तीक्ष्ण नजरेनं मोरोबांना न्याहाळलं, तेव्हा ते गप्प झाले. नाना हे पक्के जाणून होते की, आपला हा चुलतभाऊ राघोबांच्या पक्षातील आहे आणि याला नक्कीच काही ना काही माहिती असणार; पण आत्ता तो थांगपत्ता लागू

देणार नाही. बापू व भवानरावही गंभीर दिसत होते. सखारामबापू बोकिलांचा कायमच राघोबांकडे कल. प्रतिनिधींचं घराणं सातारा दरबारात पेशव्यांना कायमच विरोध करणारं; तेव्हा त्यांना थोडीफार माहिती असली तरी मिळणार नव्हती.

काय करावं या चिंतेतच नाना विचारमग्न झाले.

एवढ्यात एका ढालाईतानं एका घाबरलेल्या, सैरभैर झालेल्या स्त्रीला पकडून आणलं व सगळ्यांसमोर उभं केलं.

"ही बाई खिडकी दरवाजातून निसटून बाहेर आली, तेव्हा हुजुरातीतील स्वारांनी पकडली; पण ती कुणाला काही सांगायला तयार नाही... फक्त फडणीसांसमोर बोलेन म्हणते..."

"सोड तिला... ही चंद्री कुणबीण! पार्वतीकाकूंच्या सेवेत असते; बोल चंद्रे, तुला अभय आहे." नाना कडक स्वरात म्हणाले.

त्यासरशी चंद्रीनं एवढा वेळ आणलेलं उसनं अवसान गळून पडलं. नानांसमोर हात जोडून रडत रडत ती म्हणाली, "धनी, वाड्यात आक्रीत घडलंय... त्या दुष्टांनी सरकारस्वारीला भयान तऱ्हेनं मारलं... जिवे मारलं की हो! आनिबी पुष्कळ बाया-बाप्यांना मारलं... इच्छारामपंताला मारलं... चाफाजीला मारलं..."

"आणि इतर मंडळी?"

"पार्वतीकाकू अन् मालकीनबाई जिवंत हायेत– दादासाहेब अन् वहिनी बी जित्या हायेत..."

चंद्री एकेका प्रश्नाला उत्तर देत राहिली अन् प्रत्येक उत्तराबरोबर उपस्थित सरदार मानकरी, मुत्सद्दी हादरून गेले. बापू, मोरोबा, भवानराव वगैरे मंडळींच्या तर पायाखालची वाळूच सरकली. जे घडलं त्यातील काहीच त्यांनी अपेक्षिलं नव्हतं. आखलेलं नव्हतं.

नाना, हरिपंत, त्र्यंबकमामा हेही सुन्न झाले– सुमारे वर्षापूर्वीच

थेऊरला मृत्यूसमयी माधवराव पेशव्यांनी नारायणाला राघोबा व बापूंच्या हवाली केलं होतं. आसन्नमरण अवस्थेत असतानाही आपल्या धाकट्या भावाला वेळोवेळी नानांचा सल्ला घ्यावा असं बजावलं होतं आणि आज भयानक पद्धतीनं भरदिवसा शनिवारवाड्यात त्याच नारायणरावाची हत्या झाली. का? कशी? या मागची प्रेरणा कुणाची?

–नानांनी डोकं हातांनी घट्ट दाबून धरलं. डोळ्यांत संतप्त अश्रू दाटले. काही सुचेनासं झालं.

इतरही मंडळींची थोड्याफार फरकानं अशीच अवस्था होती.

एवढ्यात आधीच दाटून आलेलं आभाळ फुटलं. अचानक डोक्यावर आकाश कोसळावं तसा पुण्यावर पाऊस कोसळू लागला.

* * *

पाऊस थांबला तेव्हा कोतवाल चावडीत असलेल्या मंडळींना राघोबांनी एका दूताकरवी निरोप पाठवून शनिवारवाड्यावर बोलावून घेतलं...

...आत ठिकठिकाणी झालेल्या नरसंहाराच्या खुणा दिसत होत्या. राघोबांच्या महालापाशी पांढऱ्या वस्त्रांनी झाकून ठेवलेल्या नारायणरावांच्या शवाचे अवशेष पाहून भलेभले योद्धे व मुत्सद्दी मंडळी स्तंभित झाली. जणू हा शनिवारवाडा नव्हे; तर मुघलबादशाहीतील खुनाखुनीचं एखादं केंद्र आहे का, असा भास होत होता!

आपण गारद्यांच्या तावडीत सापडलेले कैदी आहोत, असा आव राघोबांनी आणला असला तरी झाल्या प्रकारानंतर जसे दु:ख व्हायला हवे त्याचा त्यांच्या देहबोलीत अभावच होता– शिवाय निदान शनिवारवाड्यात तरी त्यांच्या नावाची 'पेशवा' म्हणून गारद्यांनी घोषणा केली होती. अराजक माजू नये म्हणून आपण हे काम सांभाळतो आहोत आणि लवकरात लवकर

सर्वांनी एकत्र येऊन त्यांच्या नेतृत्वाखाली मराठेशाही सावरावी असंही राघोबांनी बोलून दाखवलं! पण सत्य काय याची जाणीव सर्वांनाच झाली होती– कुणी बोलत नव्हतं एवढंच!

– त्याच दिवशी मध्यरात्री लकडीपुलाजवळ, मुठेच्या पात्राकाठी सर्व मृतांचे अंत्यसंस्कार पार पडले. आधीच दुःखसागरात बुडालेल्या गंगाबाईंचं केशवपनही पार पडलं...

* * *

पुढचे दहा दिवस सबंध महाराष्ट्रातच अस्वस्थतेचे गेले. कर्णोपकर्णी नारायणराव पेशव्यांची हत्या झाल्याचे वृत्त सगळीकडे पसरले. खुद्द छत्रपती रामराजांकडे साताऱ्यालासुद्धा ही बातमी पोहोचली; पण नक्की काय घडलं हे निश्चित होईपर्यंत सबुरी धरावी असा सल्ला त्यांना मिळाला.

– पुण्यातील नागरिक मात्र चांगलेच घाबरले होते आणि बिथरलेही होते. लोक चिडले होते आणि यामागे कपटकारस्थान असावं या शंकेनं त्यांना घेरलं होतं; पण उघडपणे काही बोलण्याची चोरी होती– कारण कुठलीच मोठी असामी काही स्पष्ट बोलत नव्हती; त्यामुळे गटागटानं कुजबूज करण्यापलीकडे पुणेकरांच्या हातात काहीही नव्हतं...

...ओंकारेश्वराच्या मंदिराजवळील दशक्रियेच्या घाटावर दहाव्याला सर्व मंडळी जमली तेव्हाही वातावरणात अस्वस्थता होतीच. तिलांजलीचा विधी कसातरी पार पडला. राघोबांना प्रायश्चित्तासाठी पूर्ण क्षौर करावं लागलं तेव्हा त्यांच्या गोटातील तसेच विरोधकांमधील मंडळींच्या अंगावर शहारे आले...

...इंग्रज वकील मॉस्टिन चेहऱ्यावर गांभीर्याचा बुरखा पांघरून, मनात मात्र परिस्थितीचा अंदाज घेत होता. जमलेल्या मुत्सद्यांमध्ये दोन तट असावेत, असा त्याला संशय आला; पण काहीच पुरावा नव्हता; त्यामुळे तोही गोंधळला.

विधी संपल्यावर सर्व जनसमुदाय पांगला– राघोबादादा

तर सर्वांना टाळून निघून गेले. मुत्सद्दीवर्ग व सरदार, मानकरी निघून गेले. इंग्रज वकीलही निघून गेला.

– फक्त चौघे जुने जाणते, परिचित उरले. ओंकारेश्वरापासून थोडे दूर, नदीकाठच्या खडकावर त्यातले दोघे स्थानापन्न झाले. दोघेजण अस्वस्थपणे फेऱ्या मारू लागले. नदीतील प्रवाहाकडे, त्यातील बगळ्यांकडे, उडणाऱ्या घारींकडे विषण्णपणे पाहत राहिले...

...शांततेचा भंग करत नाना फडणीस म्हणाले, "माधवराव पेशव्यांच्या अकाली मृत्यूमुळे मराठेशाहीची पानिपतापेक्षा जास्त हानी झाली असं साऱ्यांना वाटलं; पण त्यातून जरा बाहेर पडतोय तोच ही भयाण अमानुष हत्या घडली– बापू, तुम्हाला हे सारं पटतंय्?"

हे वाक्य ऐकल्याबरोबर इतके दिवस मनाचा कोंडमारा झालेले सखारामबापू बोकील म्हणाले, "नाना कसं पटेल? आणि तुम्हाला असं वाटलं तरी कसं?"

"नाही, शेवटी तुम्ही दादासाहेबांच्या अंतरंगातले; त्यांचे विश्वासू!"

"नाना, दादासाहेबांकडे पहिल्यापासून माझा कल होता हे लपवू कशाला? आणि नारायणरावांच्या हेकट, लहरी वर्तनामुळे दौलतीचा नाश होतोय हेही पाहावत नव्हतं. सत्तापालट झाला तर बरं असं वाटलं– पण अशाप्रकारे नव्हे! मरतेसमयी नऊ-दहा महिन्यांपूर्वीच माधवरावानं नारायणरावाचं कारभारीपद माझ्याकडे सोपवलं, हे मी कसा विसरेन? पण घटनाक्रम असा घडत गेला की..." बापूंना पुढे बोलवेना.

– आणि मग ते ढसाढसा रडू लागले! मराठेशाहीतील एक ज्येष्ठ मुत्सद्दी असा ढासळलेला पाहून बाकीचे तिघे अवाक् झाले!

मग काही क्षणांनी त्यांच्या पाठीवर हात फिरवत भरल्या

गळ्यानं म्हातारे त्र्यंबकमामा पेठे म्हणाले, "शांत व्हा बापू, शांत व्हा! हत्येनंतर जे घडले ते सहन न होऊन तुम्ही घरातून निघून गेला; सैरभैर अवस्थेत दोन-तीन दिवस पर्वतीजवळील अरण्यात फिरत होता, हे सारं माझ्या कानी आलं! पण मराठी दौलतीसाठी तुम्ही आता सावरलं पाहिजे..."

"बापूंच्या छत्रपती व पेशव्यांवरील निष्ठेविषयी माझ्याही मनात संशय नाही– पण सत्तापिपासू आणि बाईलबुद्ध्या दादासाहेबांच्या वागण्याचा मात्र आता वीट आला! अटकेपार भगवा झेंडा नेणारे राघोबा या थराला जातील असं वाटलं नव्हतं..." हरिपंत फडके संतापानं उद्गारले...

...काही वेळानं बापू जरा शांत झाले हे पाहून नाना म्हणाले, "म्हणूनच आता आपण चौघांनी एकत्र आलं पाहिजे. जमेल तसं इतरांनाही साथीला घेतलं पाहिजे अन् काही करून राघोबांचा बीमोड केला पाहिजे! नानासाहेब पेशव्यांच्याच वंशाशी निष्ठा राखली पाहिजे..."

"अगदी योग्य बोललात नाना! गंगाबाई सध्या गरोदर आहेत. त्यांच्या पोटी जे बालक जन्माला येईल तेच पेशवेपदी आरूढ झाले पाहिजे!! राघोबांना अद्दल घडवली पाहिजे कारण तेच या साऱ्यामागे असणार हे नक्की!!", त्र्यंबकमामा म्हणाले.

"म्हणूनच बापूंच्या नेतृत्वाखाली साऱ्यांनी एकत्र येऊन असं कारस्थान रचलं पाहिजे की, राघोबादादांचा बीमोड होऊन, नानासाहेबांचा वंशज पेशवेपदी बसला पाहिजे– बरोबर ना बापू?"

बापूंनी काही न बोलता नानांचा हात दाबला. "चला तर मग. मृत्तिकेच्या त्या शिवलिंगावर हात ठेवून आपण तशी शपथ घेऊ या..." नाना म्हणाले.

– अशाप्रकारे काही वेळाने ते चौघेजण शपथ घेऊन निघाले तेव्हा प्रत्येकाच्या मनाला काही अंशी शांत वाटत होते...

* * *

शनिवारपेठेतील त्या छोट्याशा वाड्याचा दिंडी दरवाजा रात्री बंद असला तरी एक ठेंगणे, छोटेसे असे त्याचे कवाड उघडे होते; पण सरकारी खर्चानं नेमलेला एक रखवालदार आत सतर्क रितीनं पहारा करत होता. त्यावरून हा वाडा मराठेशाहीतील कुणा अधिकाऱ्याचा असावा, असा अंदाज एखाद्या हुशार माणसाला आला असता...

...आत्ता किर्र अंधारात जेव्हा डोक्यावरून शाल गुंडाळून घेतलेली आणि स्वत:ची ओळख लपवलेली ती व्यक्ती त्या ठेंगण्या कवाडातून आत शिरली तेव्हा पहारेकऱ्यानं दरडावून विचारलं,

"कोण हवंय?"

"रामशास्त्री अजून जागेच आहेत ना?" त्या व्यक्तीनं डोक्यावरची शाल बाजूला करून दबक्या आवाजात विचारलं.

"शास्त्रीबुवा आत्ताच भोजन उरकून माडीवर स्वत:च्या अभ्यासिकेत गेलेत," असं उत्तर रखवालदारानं दिलं खरं; पण नंतर त्या व्यक्तीला ओळखून त्यानं आदरानं मुजरा केला. तो चकित झाला. "जा, शास्त्रीबुवांना नाना आलेत म्हणून सांग."

घाईघाईनं जिना चढून तो रखवालदार वर्दी द्यायला गेला, तोपर्यंत नाना फडणीसांनी आपला कुणी पाठलाग करत नाही ना याची खात्री करून कवाड लोटून घेतलं. मग प्रतीक्षा करत ते तेथेच उभे राहिले.

"या, नाना– असे जिन्यानं वर या" माडीवरच्या खिडकीतून हाक मारून रामशास्त्री म्हणाले.

नाना जिन्यानं वर जात असताना त्यांच्या पुणेरी जोड्यांचा चटचट असा आवाज येत राहिला...

"... या नाना, बसा असे!" शास्त्रीबुवा म्हणाले, "पण रात्री अशा वेळी?"

"शास्त्रीबुवा, पूर्वीच्या काळी कृष्ण कृत्य करणाऱ्या दुर्जनांची ही वेळ होती- पण आता या कलियुगात सज्जनांना सत्कृत्य करायला अंधारात वावरावं लागतं," नाना म्हणाले.

रामशास्त्री प्रसन्नपणे हसले तेव्हा त्यांच्या कानातील मोत्याची भिकबाळी हलली, डोलली.

रामशास्त्री प्रभुणे यांचं नाव माहीत नाही असा माणूस त्या काळी महाराष्ट्रात शोधून सापडला नसता. माधवराव पेशव्यांच्या कारकिर्दीत प्रसिद्धीला आलेला हा मुख्य न्यायाधीश अत्यंत विद्वान म्हणून जसा सर्वांना परिचित होता, तसाच अत्यंत न्यायनिष्ठुर, निःस्पृह आणि रोखठोक स्वभावाचा म्हणूनही माहिती होता. ते माधवरावांच्या खास मर्जीतील होते, तसेच त्यांचे न्यायनिवाडेही सर्वमान्य होते.

"पेशवाईतील चाणक्य म्हणून गणले जाणारे नाना फडणीस आज अशा रीतीनं आमच्याकडे यावेत हे एक आश्चर्यच आहे!" रामशास्त्री किंचित उपरोधानं म्हणाले.

"शास्त्रीबुवा, कशाला त्या महान कुटनीतिज्ञाचं नाव आमच्याशी जोडता? आम्ही त्या योग्यतेचे असतो, तर पेशव्यांच्याच हत्याकांडाची ही वेळ ना येती..." नाना उद्वेगानं म्हणाले.

"नाना, जेव्हा जे घडणार असतं ते घडतंच तेव्हा स्वतःला दूषण देऊन काय उपयोग होणार? काही गोष्टी ब्रह्मदेवही टाळू शकत नाही तेथे आपल्यासारख्या मर्त्य माणसांची काय कथा! बरं, ते जाऊ दे नाना, आज तुम्ही कशासाठी आमच्याकडे आलात?"

"शास्त्रीबुवा, मी तुमच्याकडे कुठल्याही निवाड्यावर प्रभाव टाकण्यासाठी आलोय असं कृपा करून समजू नका; पण पेशव्यांची हत्या होण्यामागचा सूत्रधार फार मोठा आहे आणि केवळ तुम्ही त्याचा पर्दाफाश केलात तरच मराठेशाही टिकेल

याची तुम्हाला जाणीव करून देण्यासाठी मी इथं आलोय.''

''नाना, येथे आपण दोघेच आहोत; तेव्हा स्पष्टपणे बोला...''

''शास्त्रीबुवा, गेल्या काही महिन्यांतील दादासाहेबांचं, आनंदीकाकूंचं अन् त्यांच्या निकटवर्तीयांचं वर्तन संशयास्पद आहे असं मला वाटतं! केवळ संतापाच्या भरात गारद्यांनी केलेलं कृत्य म्हणून पेशव्यांच्या हत्येकडे बघता येणार नाही...''

''तुम्ही म्हणता तसं असू शकेलही; पण प्रत्यक्ष व परिस्थितीजन्य पुराव्यांखेरीज न्यायासन कुणावरही आरोप करू शकत नाही– त्या सर्व प्रक्रियेला वेळ द्यावा लागतो आणि न्यायव्यवस्था आपल्या गतीनेच चालते.'' किंचित कठोर स्वरात रामशास्त्री म्हणाले; पण त्यांच्या या पवित्र्यानं नाना मागे हटले नाहीत.

''शास्त्रीबुवा, या प्रकरणी आपण त्वरा करावी, अशी अत्यंत नम्र विनंतीच फक्त मी करतो– कारण हत्याकांडातील सूत्रधार जर पेशव्यांचा आत्ताच्या परिस्थितीतील एकमेव उत्तराधिकारी असेल, तर पेशवाईची वस्त्रं त्याला मिळण्याआधीच चौकशी पूर्ण झाली पाहिजे...''

''नाहीतर? नाहीतर काय होईल नाना?'' चढ्या स्वरात शास्त्रीबुवा म्हणाले.

''नाहीतर नवा पेशवा न्यायाधीशालाच पदावरून दूर करू शकतो!'' नानाही ठामपणे म्हणाले.

आता मात्र रामशास्त्री प्रसन्नपणे हसले. ''वा नाना, तुमच्या दूरदर्शीपणाची तारीफ केली पाहिजे!''

''धन्यवाद! शास्त्रीबुवा.'' नाना म्हणाले.

''नाना, हत्याकांडाची चौकशी त्वरेनं आणि निष्पक्षपातीपणे होईल, याची खात्री बाळगा.''

''आपल्याकडून हीच अपेक्षा होती...''

''पण नाना, तुमचं पुढचं पाऊल कोणतं?''

“आम्ही काहीजणांनी मिळून निश्चय केला आहे की, गंगाबाईसाहेबांना जे बालक होईल तेच पेशवेपदाचा वारस असेल...”

रामशास्त्री करमणूक झाल्यासारखे हसले आणि म्हणाले, “विचार चांगला आहे; पण राज्ये नुसते मुत्सद्दी चालवू शकत नाहीत– त्याला तिखट तलवारीची जोड लागते!”

“तो विचार तर मी करतोच आहे; पण मला अशी खात्री आहे की, महादजी शिंदे ऊर्फ पाटीलबाबा यांना आमची बाजू पटेल! जर पाटीलबाबा माझ्या बाजूला असले तर या जगातील कुणाच्या शस्त्राचे आम्हाला भय आहे?” नाना मोठ्या आत्मविश्वासाने म्हणाले.

– थोड्याच वेळात ही गुप्त बैठक आटोपली. परत जाताना नानांना शिरावरील भार हलका झाल्यासारखं वाटलं.

◆

।। पाच ।।

हरी भटजी त्या नगरीजवळ येऊन पोहोचले, तेव्हा अत्यंत वेगानं, त्वरेनं केलेल्या प्रवासाचे श्रम नाहीसे झाले असं त्यांना वाटलं– क्षिप्रा नदीकाठची ती प्राचीन नगरी लांबून पाहूनच त्यांचं अंत:करण भरून आलं. महांकालेश्वराच्या चमकत्या कळसाला त्यांनी लांबूनच भक्तिभावानं नमस्कार केला! उज्जैनीतील लांबूनच दिसणाऱ्या असंख्य छोट्यामोठ्या मंदिराच्या गोपुरांनाही त्यांनी हात जोडले.

राजा विक्रमादित्याची ही प्राचीन राजधानी! हिंदूंचं बलस्थान! महाकवी कालिदासाचं इथंच वास्तव्य झालेलं! मेघदूताचा काही भाग उज्जैनीचं सुंदर वर्णन करण्यासाठी खर्च झालेला...

...उज्जैनीचं नुसतं दर्शन घेऊन हरी भटजींचं मन उचंबळून आलं, तरी आपल्या मुख्य कामगिरीचा त्यांना विसर पडला नव्हता. ते वरून जरी प्रवासी वाटत असले तरी प्रत्यक्षात महादजी शिंद्यांची गाठ घेऊन पुण्यातील परिस्थितीची त्यांना साद्यंत माहिती देण्याची गुप्त कामगिरी त्यांच्यावर सोपवण्यात आली होती– आणि ती नाना फडणीसांनी त्यांच्यावर सोपविली होती...

सध्या महादजी शिंदे उज्जैनीत मुक्काम ठोकून आहेत व त्यांची भली थोरली छावणी शहराशेजारील मैदानात पडलेली

आहे, हे त्यांना वाटेतच समजलं होतं...

शहराजनीक आल्यावर हरी भटजींनी एका धर्मशाळेत आश्रय घेतला.

* * *

संध्याकाळ होऊन गेल्यानं धर्मशाळेतील वाटसरूंची व्यवस्था बरोबर झाली की नाही हे पाहण्यासाठी तेथील कारकून प्रत्येक खोलीत चक्कर मारू लागला. त्याचबरोबर खोलीच्या कोनाड्यातील दीप प्रज्वलित करू लागला.

हरी भटजींच्या खोलीत आल्यावर दमूनभागून गेलेल्या स्थितीत मंचकावर बसलेल्या ब्राह्मणाला पाहून कारकून म्हणाला, "काय भटजीबुवा, यात्रेनं दमलेले दिसताय बरेच..."

"अगदी बरोबर ओळखलंत मुन्शीजी! तुमची नजर पक्की तयार झालेली दिसते..."

स्तुतीनं कारकून महाशय खुलले.

"अहो, तुमची अवस्थाच सांगतेय– कुठपर्यंत यात्रा? आणि कुठून आलात?"

"कर्नाटकातून निघालो– धारवाडहून. तेथून अनेक तीर्थस्थानांचं दर्शन करीत करीत पंचवटीला गोदातीरी आलो. तेथून या उज्जैनला महांकालेश्वराच्या दर्शनाला आलो. आता येथून प्रयागला जाऊन हिमालयात बद्रिकेदारला जाण्याचा बेत आहे..."

"वा! भटजीबुवा, तुमचा प्रवासाचा पल्ला चांगलाच मोठा दिसतोय..."

"हो तर! पण आता उत्तरेत आल्यावर चोराचिलटांचं भय वाटू लागलंय् खरं– विशेषत: या उज्जैन, ग्वाल्हेर परिसरात तर..."

– पण हरी भटजींचं वाक्य मुन्शीजींनी पुरं होऊन दिलंच नाही. ते उसळले!

“अहो, काय बोलताय? – हे महादजींचं राज्य आहे, मोगलाई नव्हे! सामान्य नागरिकाचं जिणं इथं सुरक्षित आहे...”

“महादजी म्हणजे कोण? होळकरांपैकी काय?”

“अहो भटजीबुवा, तुमचं इतिहास-भूगोलाचं ज्ञान फारच कच्चं दिसतंय्! अहो, महापराक्रमी महादजी शिंदे तुम्हाला माहिती नाहीत? राणोजी पुत्र, समरधुरंधर महादजी...”

तरीही हरी भटजींच्या चेहऱ्यावर ज्ञानाची प्रतिभा फाकल्याचं मुन्शीजींना काही दिसेना; तेव्हा तेथीलच एका आसनावर बैठक मारून, त्यांनी अंगरख्याच्या खिशातून एक तपकिरीची चांदीची डबी बाहेर काढली. थोडी तपकीर हरी भटजींना देऊन, एक चिमूट स्वत:च्या नाकपुडीत ओढून घेतल्यावर ते म्हणाले, “अहो, महादजी कोण हे तुम्हाला माहिती नसेल; पण बाजीराव पेशवे तर माहिती असतील?”

“हे काय विचारता– पुण्यात शनिवारवाडा बांधणाऱ्या आणि साऱ्या हिंदुस्थानभर पराक्रम गाजवणाऱ्या बाजीराव-साहेबांचं नाव कुणाला माहिती नाही?”

“हं, तर बाजीरावांचे राणोजी शिंदे व मल्हारराव होळकर परममित्र. एकमेकांशिवाय या तिघांना मुळीच करमायचं नाही– बाजीरावांचे धाकटे बंधू, चिमाजी अप्पाही त्यांच्यातच असायचे. या चौकडीने हिंदुस्थानच्या इतिहासाचा एक काळ गाजवला...”

“होय, होय... आठवलं सारं.”

“तर यातील राणोजी शिंदेंचा महादजी हा पुत्र– मात्र, कनिष्ठ राणीचा पुत्र म्हणून सुरुवातीला याला फार हिणवलं गेलं– पानिपताच्या लढाईत शिंद्यांकडचे अनेक कर्ते पुरुष मारले गेले; पण हा महादजी वाचला. पायाला मोठी दुखापत झाल्यानं लंगडू लागला; पण बचावला. पुढे याचं शौर्य व कर्तृत्व पाहून नाना फडणीसानं पेशव्यांकडे मध्यस्थी केली आणि शिंद्यांचा मुख्य वारसदार म्हणून महादजीला मान मिळाला! पुढे त्यानं

रोहिले, जाट, शीख यांचा चांगलाच समाचार घेऊन उत्तर हिंदुस्थानात स्वत:चा दबदबा निर्माण केला. मागील वर्षात मोगल बादशाह शहाआलम याला नमवून महादजीनं दिल्ली जिंकली! महादजी शिंदे दिल्लीचे कारभारी बनले!''

''अरे वा! हा महादजी म्हणजे मराठेशाहीतील एक रत्नच आहे– त्यांचं दर्शन घ्यायला मला आवडेल; पण ते कठीणच दिसतंय...''

''काही कठीण नाही– दर गुरुवारी येथील एका मठात भजनांच्या कार्यक्रमात ते सहभागी होतात– येथील एक साधुपुरुष दत्तनाथ राक्षसभुवनकर यांचा अनुग्रह त्यांनी घेतला आहे. त्या भजनांच्या कार्यक्रमाला तुम्ही मठात गेलात तर पाटीलबाबांचं तुम्हाला दर्शन घडेल!''

''धन्यवाद! मुन्शीजी, तुमच्यामुळे हे सारं कळलं– महादजींच्या दर्शनानं या यात्रेत मला मोठंच पुण्य लाभणार...'' बैठकीचा समारोप करत हरी भटजी म्हणाले.

मुन्शीजी मोठ्या आनंदानं तेथून निघून गेले.

* * *

गुरुवार उजाडला. पाहता पाहता दुपार झाली आणि क्षिप्रेकाठच्या त्या छोट्याशा पण टुमदार मठातील भजनांच्या कार्यक्रमाला हरी भटजींनी हजेरी लावली– प्रेक्षकांच्या दाटीवाटीत अंग चोरून हरी भटजी बसले.

समोरच्या सभामंडपात नानाप्रकारे पूजा केल्याने सुशोभित झालेली वेणू वाजवणाऱ्या कृष्णाची मूर्ती होती. सुगंधी उदबत्त्या जळत होत्या. कृष्णमूर्तीच्या पायाशी असलेल्या बैठकीवर भगवी वस्त्रं ल्यालेल व तुळशीमाळा गळ्यात घातलेला एक सत्पुरुष बसला होता. त्याच्यासमोरी जाजमावर बसलेला त्याचा शिष्यवर्ग आलटून पालटून सुंदर भजनं म्हणत होता आणि या भक्तिरसात सर्व श्रोतृगण व प्रेक्षक बुडून गेले होते...

...त्या सत्पुरुषाच्या समोर बसलेल्या शिष्यवर्गाच्या मध्यभागी एक काळासावळा; पण मोठे बोलके डोळे असलेला, चेहऱ्यावर किंचित हास्य असलेला, गळ्यात रुद्राक्षमाळा घातलेला, भालप्रदेशी कस्तुरीगंधाचा टिळा लावलेला तेजस्वी राजपुरुष बसला होता. त्याची शरीरयष्टीही अत्यंत कणखर होती...

तो सत्पुरुष म्हणजे दत्तनाथ राक्षसभुवनकर आणि त्यांच्यासमोरील त्यांचा प्रमुख शिष्य म्हणजे महादजी शिंदे असावेत हे हरी भटजींनी ताडलं.

एवढ्यात आधीचं भजन संपलं आणि पुढचं स्वरचित पद अतिशय सुस्वर आवाजात खुद्द महादजी गाऊ लागले–

"धन्य धन्य हे यशोदा देवी ।
आश्चर्य मानिले सुरवरे देवी ।।
सर्व ब्रह्मांडाची करी उठाठेवी ।
तया पायावर न्हाणाया ठेवी ।।
जो निजस्नेहे सकळा जिववी ।
त्या स्नेह लावूनी स्वकरे निववी ।।
शिवविधि इच्छिती चरणीची माती ।
त्याला लावी स्वपद माती ।।
तथा नारायणा लौकिकपाणी ।
घेऊनि क्षालित लावूनी पाणी ।।
योगियाचे धन माधव निरंजन ।
त्याचे नेत्री माता घालित अंजन ।।

ते पद संपलं तेव्हा सर्वांनीच महादजींना दाद दिली. किंचित हसून त्यांनी तिचा स्वीकार केला...

...हळूहळू कार्यक्रम संपून प्रसाद वाटण्यास सुरुवात झाली, तेव्हा गर्दीतून वाट काढत हरी भटजी महादजींसन्निध पोहोचले– एवढ्यात महादजींच्या शेजारी उभ्या असलेल्या त्यांच्या एका अंगरक्षकाने त्यांच्या उपरण्याचं टोक किंचित ओढलं.

“बुवा, कोण पाहिजे?” दबक्या पण कडक आवाजात त्या तरुणानं विचारलं– त्याच्या कमरेला पटकन काढता येईल असा खंजीर लटकत होता.

“मी नाना फडणीसांकडून आलो– पुण्याहून! पण त्यांचा निरोप फक्त पाटीलबाबांना सांगण्याची आज्ञा आहे...”

लगेच महादजींचा माणूस त्यांच्या कानात कुजबुजला तेव्हा महादजी हरी भटजींकडे वळून म्हणाले, “...रायगड!”

“...गागाभट्ट!” हरी भटजी पुटपुटले.

महादजी हसले. परवलीची खूण पटली होती. “यांना उद्या दरबारात हजर करा...”

* * *

दुसऱ्या दिवशी हरी भटजी उज्जैनीच्या परिसरातील शिंद्यांच्या छावणीत पोहोचले तेव्हा मराठेशाहीचं बळ पाहून त्यांना धन्य वाटलं. इतस्तत: हालचाल करणारे हजारो सशस्त्र सैनिक, प्रचंड पागा, शेकडो हत्ती व उंट, शेकडो तोफा इत्यादी पाहून या छावणीतच साठ-सत्तर हजारांच्या खाली सैन्य नाही, याची त्यांना खात्री पटली.

मुख्य शामियान्यावर भगवा ध्वज डौलात फडकत होता आणि शामियान्याच्या मुख्य द्वारावर शिंद्यांचं नागसूर्याचं चिन्ह झळकत होतं.

हरी भटजींना शामियान्यात अंथरलेल्या गालिचावरून महादजींसन्निध नेण्यात आलं.

एका मुख्यासनावर महादजी बसले होते. त्यांच्या दोन्ही बाजूच्या आसनांवर अंबूजी इंगळे, जिवबादादा, राणेखानभाई, तात्या पागनीस वगैरे मुख्य सहकारी बसले होते.

महादजींच्या मागील बाजूस उंचावर छत्रपती शिवराय, शाहू महाराज, बाजीराव पेशवे तसेच थोरल्या माधवराव पेशव्यांची तैलचित्रे लावलेली होती... एकूणच शामियान्यात

भपक्याऐवजी साधेपणाचंच दर्शन होत होतं.

"बोला... तुमचं नाव काय?"

"हरी भट... मी बेलबागेच्या मंदिरात प्रवचन करतो... पण नानास्वामींच्या आज्ञेवरून आपल्याकडे आलो."

"काय म्हणतात आमचे मित्रवर्य नाना?"

"नानास्वामी क्षेम आहेत, पण..."

"मध्यंतरी अंबूजींकडून पुण्यात पेशवे व दादासाहेब यांच्यात मतभेद वाढत आहेत असं ऐकलं तेव्हा वाईट वाटलं... आता नवीन काय?"

"फारच वाईट समाचार आहे..." बोलता बोलता स्वत:च्या नकळत हरी भटजींचा गळा भरून आला.

हे ऐकून महादजी आसनावर किंचित पुढे सरकले. मोठे, बोलके डोळे गांभीर्यानं हरी भटजींवर रोखले गेले.

"...अनंत चतुर्दशीच्या आदल्या दिवशी भरमाध्यान्हीला गारद्यांनी शनिवारवाडा ताब्यात घेतला आणि... आणि..."

"आणि काय?"

"श्रीमंत नारायणरावांची क्रूरपणानं हत्या केली... वाड्यात ब्राह्मणहत्या, स्त्रीहत्या, गोहत्याही घडली..."

– हरी भटजींचं ते वाक्य एखाद्या महाभयंकर तोफगोळ्यासारखं त्या शामियान्यावर कोसळलं आणि तेथे एकच गोंधळ उडाला.

"गारद्यांची हिंमत कशी झाली? आज्ञा असेल तर पन्नास हजार स्वारांनिशी पुण्यावर हल्ला करतो," अंबूजी इंगळे उभे राहून म्हणाले.

"मीही अंबूजीबरोबर जायला तयार आहे! छत्रपतींच्या पेशव्यांवर शनिवावाड्यातच हल्ला?" जिवबादादा उद्‌गारले.

तात्या पागनीस, विंचूरकर वगैरे मंडळी क्षुब्ध होऊन नुसती थरथरत होती...

...पण महादजी बसलेला धक्का धीरानं पचवत म्हणाले, "हे अघटितच घडलं... पण आता पुरा वृत्तान्त ऐकवा..."

हरी भटजींनी, नानांनी जो समग्र वृत्तान्त सांगण्याची आज्ञा केली होती तो ऐकवला.

महादजींनी सारा वृत्तान्त ऐकल्यावर मान डोलवली. मग ते म्हणाले, "भटजीबुवा, नानांना म्हणावं मराठी दौलतीच्या हिताकरिता तुम्ही चालवलेल्या प्रयत्नांबद्दल आम्ही दाद देतो! यात आम्ही तुमच्याबरोबर आहोतच... पण तूर्त तरी सबुरीनं वागलं पाहिजे. घटना कशा वळण घेतात ते पाहिलं पाहिजे... शेवटी या क्षणी तरी दादासाहेबांवर एकदम आघात करता येणार नाही. रामशास्त्री काय निकाल देतात ते पाहिलं पाहिजे. दादासाहेबांचं पुढचं वर्तन कशा प्रकारचं आहे, यावर लक्ष ठेवलं पाहिजे... आणि हो, गंगाबाईसाहेबांचं हरप्रकारे रक्षण केलं पाहिजे! आत्ता तुम्ही परत जाल तेव्हा आमच्या खाशा सैन्यापैकी कुशल असे शंभर सैनिक देतो, जे त्यांच्या रक्षणाकरिता आजूबाजूस पेरून ठेवा. आमचा एकेक सैनिक दहा गारद्यांना भारी पडेल!!

– तेव्हा तुम्ही जाऊ शकता. योग्य वेळ आली की आम्ही मदतीला येऊ याची खात्री बाळगावी असं नानांना सांगा!!"

हरी भटजींनी मोठ्या आदरानं त्यांना मुजरा केला आणि ते शामियान्यातून बाहेर पडले.

* * *

हरी भटजींना अत्यंत गुप्तपणे महादजी शिंद्यांचा पाठिंबा मिळविण्यासाठी नानांनी पाठवून दिलं, तसंच राघोबादादांच्या मागे न्यायालयीन चौकशीचं शुक्लकाष्ठ लावून देण्यासाठी गुप्तपणे रामशास्त्री प्रभुणे यांची भेट घेतली– पण त्यांचं मुख्य लक्ष शनिवारवाड्यावर व राघोबांच्या पुढच्या हालचालींकडे लागलं होतं! कारण पुण्यात अत्यंत तणावपूर्ण वातावरण असून

राघोबांविरुद्ध सुप्त संतापाची लाट उसळली होती आणि पेशव्यांची हत्या होऊनही मुख्य सरदारांमध्ये व मुत्सद्यांमध्ये काहीच हालचाल दिसत नाही म्हणून अस्वस्थता होती...

...राघोबांचे मात्र नित्याचे व्यवहार पुढे सुरू झाले होते. त्यांनी फारसं सुतक पाळलं नव्हतं– 'वैऱ्याचं सुतक कशाला पाळायचं?' हे त्यांचं संतापजनक वाक्य हेरांमार्फत नानांच्या कानी पडलं होतं. पितृपंधरवड्यातच गोमूत्रानं शनिवारवाडा 'पवित्र' करून रंगसफेदीही करण्यात आली होती... दुरुस्त्या करून, रचनेमध्ये किरकोळ बदल करून गंगाबाई व पार्वतीबाई यांची निवासस्थानं लांब नेली होती; एक खबरदारीचा उपाय म्हणून!

दरम्यान, गारद्यांनी वाड्यात फारच गोंधळ घातला. पूर्वी ठरलेल्या वायद्यापेक्षा कितीतरी जास्त रक्कम त्यांनी राघोबांकडे मागितली. ती न दिल्यास पेशव्यांसारखीच तुमची गत करू असंही ते म्हणू लागले! राघोबांनी कशीतरी त्यांची समजूत घालून, आठ लाखाची रक्कम देण्याचे कबूल करून चार-पाचशे गारदी वाड्याबाहेर काढले.

पुण्यात स्वत:च्या नावाची द्वाही फिरवली तरी, छत्रपतींकडे पेशवाईची वस्त्रं मागून, पुण्यात भर दरबारात ती धारण करण्याचं धैर्य अजून राघोबांना होईना!!

* * *

नवरात्र संपत आल्यावर एके दिवशी राघोबांनी बापू व नाना यांना स्वत:च्या महाली बोलावलं.

"या बापू, या नाना, बसा असे! काय तुमचा आमच्यावर राग दिसतो... आमची भेट घेण्याचं टाळता तुम्ही!", राघोबा किंचित हसून म्हणाले.

"छे, छे! फुका गैरसमज होतोय दादासाहेब! मध्यंतरी सर्वत्र शोकाचं अन् अस्थैर्याचं वातावरण असल्यानं म्हटलं, जाऊ

देत काही दिवस, मग भेटू'' बापू गडबडीनं म्हणाले.

''आणि मीही मधल्या गडबडीत राहिलेली फडावरची कामं आटोक्यात आणण्यात गुंतलो होतो...'' नाना म्हणाले.

''नाही– मध्ये तुम्ही ओंकारेश्वरासन्निध वाळवेच्या लिंगावर हात ठेवून शपथा घेतल्या असं कानी आलं.'' राघोबा दोघांकडे रोखून पाहत म्हणाले.

– पायाखाली धरणीकंप व्हावा तसे ते दोघे मुत्सद्दी दचकले! पण मनातल्या मनातच! त्यांचे चेहरे निर्विकार होते!!

''दादासाहेब, या बापूंनी मी, हरिपंत व त्र्यंबकमामा पेठे यांच्याकडून तुमच्यावरील निष्ठेच्या शपथा घेववल्या! खरं तर मी रागावलो होतो. म्हणालो की, ''दादासाहेबही आमचे धनीच आहेत. पार पूर्वीच्या नानासाहेबांच्या काळापासून– मग नव्यानं शपथा कसल्या घ्यायच्या? पण हे बापू ऐकेनात– म्हणाले, 'बदलत्या परिस्थितीत हे करणं जरूर आहे. आपण दादासाहेबांच्या मागे उभे राहिलो तर इतरही हळूहळू येतील.' आणि मग पुन्हा अटकेपार झेंडे लागायला काय वेळ लागतोय?'' नाना म्हणाले.

नानांच्या या प्रसंगावधानानं सखारामबापूसुद्धा मनातून चाट झाले; पण नानांनी फार शिताफीनं वेळ मारून नेली, याची त्यांना जाणीव झाली आणि नानांचं कौतुक वाटलं.

या बेमालूम थापेमुळे राघोबाही फसले. समाधानानं हसून, मांडीवर थाप मारत ते म्हणाले, ''वा बापू, आमच्यावरची तुम्हा सर्वांची निष्ठा पाहून बरं वाटलं. शेवटी झालं ते वाईटच झालं. नारायणकडून वागणं चुकलं तरी गारद्यांनी असं करायला नको होतं. क्षुल्लक वाद काय आणि त्याचं पर्यवसान काय! कैदेत असल्यानं मी काही करू शकलो नाही; पण आता सर्वांनीच आमच्या नेतृत्वाखाली पुन्हा जोरदार काम करून मराठेशाहीची अब्रू परत मिळवली पाहिजे. काय नाना?''

“अर्थात! पण सध्याच्या परिस्थितीमध्ये पुण्यात आपण पेशवाईची वस्त्रं धारण करणं बरं दिसणार नाही...” नाना म्हणाले.

राघोबा थोडे अस्वस्थ झाले... मध्येच त्यांचं मन त्यांना खात असे; पण मध्येच केव्हा एकदा पेशवा होण्याचं आपलं दीर्घकाळचं स्वप्नं पुरं करतोय, असंही त्यांना वाटत असे.

“बापू, तुमचं मत काय?”

“माझंही मत नानांसारखंच आहे; पण एक मार्ग आहे...”

“कोणता मार्ग?” राघोबा अधीरपणे म्हणाले.

“आपण पुण्याबाहेर पडून निजामावर मोहीम काढावी! त्यानं दोन हेतू साधता येतील– सध्या निजाम साबाजी भोसल्याच्या नादी लागून कर्नाटकात गोंधळ घालतोय. मोठी फौज घेऊन आपण त्याचा बंदोबस्त केला तर नुसत्या छत्रपतींचाच नव्हे तर सर्वसामान्यांचा आपल्यावरील विश्वास वाढेल. दुसरं म्हणजे पुण्यापासून बरंच लांब असताना पेशवाईची वस्त्रं धारण केली म्हणजे दिसायलाही वाईट दिसणार नाही आणि निजामावर मोहीम म्हणजे सात-आठ महिने पुण्याकडे यायचंच नाही...” बापू तोलूनमापून प्रत्येक शब्द उच्चारत राहिले.

“वा बापू, मानलं तुम्हाला! बरी युक्ती काढलीत तुम्ही... मग आता विजया दशमीच्या मुहूर्तावर प्रस्थान ठेवू. आपल्याबरोबर हरिपंत पेठे, रास्ते, मोरोबा, भवानराव प्रतिनिधी, मुधोजी भोसले सारेच असतील. पटवर्धनांच्या फौजाही मिरजेवरून येऊन मिळतील... ठरलं तर मग?”

“पण दादासाहेब, मी व बापू फौजेत कशाला? मला तर शस्त्रही धरता येत नाही...” नाना कसनुसं हसून म्हणाले. मोहिमेवर गेल्यावर पुण्यात राहून त्यांना व बापूंना कारस्थान करता येणार नव्हतं...

“नाना, बापू; तुम्हाला शस्त्राची जरुरीच काय? तुमची

बुद्धी हेच तुमचं शस्त्र! शिवाय तुमच्या सल्ल्याशिवाय आमचं चालणार नाही...'' राघोबा म्हणाले.

''जशी आपली आज्ञा!''

* * *

त्याच दिवशी रात्रीची गोष्ट.

रविवार पेठेतील सेनापती हरिपंत फडक्यांचा सात चौकी व चार दरवाजे असलेला प्रशस्त वाडा अंधारात होता. सर्वत्र निजानीज झालेली होती; पण वाड्यातील दशभुजा गणपतीच्या मंदिरात, एका मशालीच्या प्रकाशात वेष पालटून आलेले ते चौघेजण दबक्या आवाजात बोलत होते...

...ते चौघं म्हणजे बारभाईंच्या कारस्थानातले प्रमुख सूत्रधार– नाना फडणीस, सखारामबापू बोकील, हरिपंत फडके आणि त्र्यंबकमामा पेठे.

''वा नाना! तुमच्या थापेमुळे आज आपण वाचलो– नाहीतर पकडले गेलो असतो'' बापू म्हणाले.

''आणि बापू, तुम्ही दादासाहेबांना मोहिमेवर जायला लावून आपल्या मार्गातील अडसर दूर केलात– एकदा का दादासाहेबांची मोहीम रेंगाळून ते सात-आठ महिने पुण्याबाहेर राहिले की तोपर्यंत गंगाबाईंना शनिवारवाड्याबाहेर सुरक्षित जागी हलवून त्यांच्या नावे पेशवाईची द्वाही फिरविता येईल. तसेच सर्वांना आपल्या बाजूला वळवायला वेळ मिळेल.'' नाना म्हणाले.

''पण आपण सर्वांनी फार काळजी घेतली पाहिजे. जपून राहिलं पाहिजे. आपल्या शपथेवर कुणाचं तरी लक्ष होतं, हे सिद्धच झालं!'' त्र्यंबकमामा म्हणाले.

''तर काय! आपलं कारस्थान चुकून उघडकीला आलं तर हत्तीच्या पायी!'' हरिपंत हसून म्हणाले.

हे ऐकून बापूंचा चेहरा पडला.

आणि ते घाबरट आहेत हे नाना जाणून होते; त्यामुळे हरिपंतांना उडवून लावत ते म्हणाले, "हरिपंत, मी इथं असताना कुणीच काळजी करू नये– गंगाबाईंच्या मुख्य कारभारीपदी हां हां म्हणता मी बापूंना बसवतो. एकदा छत्रपतींची मान्यता मिळाली की दादासाहेबांच्या बाजूला कोण राहणार?"

हे ऐकून बापूंचा चेहरा उजळला.

"पण नाना, आपली खरी परीक्षा पुढेच आहे. पार कर्नाटकापर्यंत आपण दादासाहेबांबरोबर मोहिमेतच राहिलो तर पुण्यातून हालचाली करायच्या कुणी? काही करून निदान तुम्ही आणि बापूंनी तरी पुण्यात परत आलं पाहिजे..." त्र्यंबकमामा काळजीनं म्हणाले.

पण आत्ता बापू उत्साहात होते. ते म्हणाले, "ते माझ्याकडे लागलं– काहीतरी युक्तीने नानांची व माझी सुटका करून घेतो."

"शिवाय गंगाबाईसाहेबांना लवकरात लवकर पुण्यातून सुरक्षित ठिकाणी हलवलं पाहिजे– मला आनंदीबाईंविषयी खात्री वाटत नाही. बापू, आनंदीबाई हत्येत सामील असल्या तर गंगाबाईंच्या पोटचा वंशाचा दिवा त्या सुरक्षित राहू देतील? तुम्हाला काय वाटतं?" हरिपंत म्हणाले.

बापूंच्या चेहऱ्यावर मशालीच्या प्रकाशाचा झोत पडला होता– त्यात सर्वांना दिसलं की, हे ऐकून ते चिंतेत पडले आहेत!

"खरं सांगू हरिपंत– आनंदीबाईंच्या स्वभावाचं गूढ मला कधी उकललंच नाही! कधीकधी त्या अत्यंत सरळ स्वभावाच्या, प्रेमळ वाटतात तर कधी दादासाहेबांची महत्त्वाकांक्षा चेतवणाऱ्या कारस्थानी, मायावी स्त्री भासतात! आता हेच बघा, नारायणरावांना लवकरात लवकर पेशवाईची वस्त्रे मिळावीत म्हणूनही त्या आग्रही होत्या; पण नारायणराव नकोसे झाल्यावर

त्यांना कैदेत टाकून, दादासाहेबांना पेशवाई मिळावी म्हणूनही त्यांनी गारद्यांशी सख्य वाढवलं. त्यांना पेशव्यांची हत्या व्हावी असं बहुधा वाटलं नसावं; पण आता गंगाबाईंना धोका पोहोचावा म्हणून त्या कधी प्रयत्न करतील हेही सांगता येणार नाही! थोडक्यात, आपणच काळजी घ्यावी हे बरं.''

''चला बापू, रात्री अकराची तोफ वाजली म्हणजे घरी जाताना आपल्याला त्रास होईल. वाटेत कोतवालीच्या लोकांनी तपासणी केली तर आपलं कारस्थान उघडकीला यायचं...'' त्र्यंबकमामा म्हणाले.

त्यासरशी बापू पटकन उठले.

''चला हरिपंत, नाना, आम्ही निघतो. मामा म्हणाले तसं झालं तर भलतीच आफत यायची...'' बापू व मामा निघून गेल्यावर नानाही जायला निघाले. तेवढ्यात हरिपंत फडक्यांनी त्यांना उपरण्याचं टोक ओढून थांबवलं.

''काय हो हरिपंत?'' नानांनी आश्चर्यानं विचारलं.

''नाना, एक विचारू?''

''खुशाल!''

''आजपर्यंतचा बापूंचा इतिहास पाहिला तर ते कायमच दादासाहेबांकडे झुकलेले दिसतात. स्वतःच्या सत्ताकांक्षेपायी दादांकरवी श्रीमंत माधवरावांनाही त्यांनी काही दिवस कैदेत टाकलं होतं. आत्ताही नारायणरावांना कैदेत टाकण्याच्या कारस्थानात ते सामील होतेच; तेव्हा सावध!''

''हरिपंत, याचा विचार मी केव्हाच केलाय. म्हणूनच बापूंच्या नेतृत्वाखालीच राघोबांविरुद्ध आपण लढायचं! आणि काही झालं तरी प्रशासक, कारभारी म्हणून बापूंची योग्यता आहेच– ती आपण मराठी दौलतीच्या भल्यासाठी वापरायची. मराठी दौलतीच्या पुनरुत्थानासाठी अशा अनेक चित्रविचित्र व्यक्तींची आणि शक्तींची मोट आपण बांधायची– शिवाय आपल्या

पाठीशी महादजींसारखा विवेकी अन् बलाढ्य माणूस उभा राहील याची काळजी मी घेतो. बघू या, काय काय होतंय ते...''

नानांनी हरिपंतांच्या पाठीवर थाप मारली व दिंडीदरवाजा बाहेर पाऊल टाकलं...

* * *

दसऱ्याच्या दिवशी दिल्ली दरवाजापाशी आनंदीबाईंनी पंचारतीने ओवाळलं आणि मोठ्या रुबाबात राघोबादादांनी शनिवारवाड्याबाहेर पाऊल टाकलं. झूल घातलेल्या व नानालंकारांनी सजवलेल्या हत्तीवरील अंबारीत ते जाऊन बसले. त्यांच्या हत्तीच्या मागे आणि पुढे गारद्यांची पथकं असली तरी हरिपंत फडके व त्र्यंबकमामा पेठे यांच्या प्रचंड घोडदळानं त्यांना घेरलं होतं. शिवाय हुजुरातीची पायदळाची पथकं होतीच. पानशांचा तोफखाना होता... आणि सर्वांत शेवटी बापू, नाना, मोरोबा इत्यादींची छोटी पथकं होती. पुढे आळेगावपर्यंत प्रतिनिधी, रास्ते, मुधोजी भोसले, बिनीवाले यांच्या फौजा या फौजेला येऊन मिळणार होत्या आणि अफाट सेनासमुद्रात त्याचं रूपांतर होणार होतं... राघोबांनी इशारा करताच निजामाच्या मोहिमेवर मराठा फौज निघाली. जरीपटक्याचा हत्ती मोठ्या डौलात गारपिराच्या दिशेनं चालू लागला...

...अंबारीत बसलेल्या राघोबांचं अन् दिल्ली दरवाजातून हे दृश्य पाहणाऱ्या आनंदीबाईंचं मन गर्वानं फुलून गेलं!

– पण हेच दृश्य पाहण्यासाठी वाटेत जमलेल्या पुणेकरांमध्ये मात्र अदृश्य अस्वस्थता, संताप व असहायता दिसत होती. काही ठिकाणी तर गारद्यांविरुद्ध थोड्याफार घोषणाही दिल्या गेल्या...

...फक्त नाना, बापू यांच्यासारख्यांनाच त्या दृश्याचा खरा अर्थ समजला...

* * *

राघोबांची फौज पुण्यातून बाहेर पडली आणि मुख्य न्यायाधीश रामशास्त्री प्रभुणे यांनी गुप्तपणे पेशव्यांच्या हत्येचा तपास हाती घेतला. चौकशीची यंत्रणा वेगानं कामाला लागली. गोपनीयतेची शपथ घालून शेकडोजणांचे तोंडी-लेखी जबाब नोंदविले गेले. साक्षी-पुरावे गोळा करणं सुरू झालं. फरारी तुळाजी पवाराच्या घरामध्ये लपवून ठेवलेली आणि 'धरावे'चे 'मारावे' केलेली चिठ्ठी जप्त करण्यात आली.

– थोड्याच दिवसांत व प्रचंड वेगाने रामशास्त्र्यांनी तपास पूर्ण केला आणि ते काही एका निष्कर्षापर्यंत आले. अर्थात, याचा पत्ता त्यांनी कुणालाच लागू दिला नाही. एकदा तर त्यांनी आळेगावास जाऊन राघोबा आणि इतरांच्या साक्षीही नोंदवून घेतल्या.

– मात्र चिंतो विठ्ठल, सखाराम हरी या राघोबांच्या गोटातील मंडळींना याचं महत्त्व लक्षात आलं. नुकत्याच पुण्याहून दाखल झालेल्या आनंदीबाईंना त्यांनी ते समजावून सांगितलं आणि मग राघोबांसाठी पेशवाईची वस्त्रं मागविण्यासाठी छत्रपती रामराजांकडे – साताऱ्याला या मंडळींची धावपळ सुरू झाली!

पण त्याआधीच एक दिवस निकालपत्रासह रामशास्त्री आळेगावला हजर झाले...

* * *

आळेगाव मुक्कामी मुख्य शामियान्यात भरलेल्या त्या दिवशीच्या दरबारात, राघोबांसह मराठेशाहीतील सर्व महत्त्वाची प्रस्थं– सरदार– मानकरी उपस्थित होते. प्रत्येकाच्या मनात उत्सुकता काठोकाठ भरली होती...

...राघोबा व सुमेरसिंगसारखी मंडळी वरून बेपर्वाईचा आव आणत असली तरी मनातून अस्वस्थ झाली होती. रामशास्त्रींचा लौकिक आनंदीबाई तर जाणूनच होत्या; नाना मात्र शांत होते.

"बोला शास्त्रीबुवा, नि:संकोचपणे बोला. नारायणरावांच्या

मृत्यूबद्दल तुमची चौकशी काय सांगते?'' राघोबांनी मोठ्या ऐटीत उच्चासनावर बसलेल्या रामशास्त्रींना विचारलं– त्यात एक प्रकारची अदृश्य दमबाजी होती.

मात्र, मोठे तेजस्वी दिसणारे रामशास्त्री कुठल्याही दबावाला न जुमानता म्हणाले, ''दादासाहेब, पेशव्यांच्या मृत्यूची आम्ही पूर्ण निष्पक्षपातीपणाने व अत्यंत सखोल-व्यापक अशी चौकशी केली. शेकडो साक्षी-पुरावे गोळा केले. जबाब घेतले. इतकेच काय, पण 'नारायणरावास धरावे' याचं रूपांतर 'नारायणरावास मारावे' अशी केलेली चिठ्ठीही आम्हाला सापडली–''

''काय सांगता?'' राघोबा म्हणाले.

''होय, या सर्वांवरून गारद्यांनी केलेल्या पेशव्यांच्या हत्येमागे मोठं योजनाबद्ध असं षड्यंत्र होतं असं माझं मत झालं. सुमेर, खरग, महमद इसाफ आणि तुळाजी पवार यांना यासाठी मी देहान्त शासन फर्मावत आहे! त्याचबरोबर...''

''त्याचबरोबर काय?'' राघोबा म्हणाले– त्यांच्या हातापायाच्या तळव्यांना किंचित घाम आल्यासारखं त्यांना वाटू लागलं.

''त्याचबरोबर, त्या चिठ्ठीवर तुमची सही असल्यानं मुख्य सूत्रधार म्हणून तुम्हालाही मी मृत्यूदंडाची शिक्षा फर्मावत आहे!!'' रामशास्त्री हात उंचावून म्हणाले.

– या वाक्याबरोबर शामियान्यात जमलेल्या मंडळींमध्ये किती खळबळ माजली असेल त्याची कल्पनाच केलेली बरी!

''शास्त्रीबुवा, हा आमच्यावर सरासर अन्याय आहे. हा निर्णय पक्षपातीपणाचा व पूर्वग्रहानं भरलेला असा आहे...'' राघोबा गरजले.

''आपल्याला काय वाटतं यापेक्षा सत्य काय आहे हे महत्त्वाचं आहे.'' रामशास्त्री उत्तरले.

''आम्हाला हा निर्णय अमान्य आहे! इतकेच नव्हे, तर

काल रात्रीच सातारहून आम्हाला पेशवाईची वस्त्रं प्राप्त झाली आहेत– त्या अधिकाराचा वापर करून आम्ही तुम्हाला न्यायाधीशाच्या पदावरून काढून टाकत आहोत,'' राघोबा उभे राहत म्हणाले.

''ज्याचे हात पेशव्यांच्या रक्तानं माखलेले आहेत, त्या खुनी धन्याच्या आश्रयाला कोण राहतो?'' असं म्हणून रामशास्त्री तेथून चालते झाले...

...मात्र, त्यांच्या निःस्पृहतेने व तेजस्वीपणाने सर्वजण चकित झाले हे नक्की!

◆

।। सहा ।।

रामशास्त्र्यांच्या निकालपत्रानंतरही राघोबादादांनी कुणालाही न जुमानता निजामावरील आपली मोहीम चालूच ठेवली. मात्र, सरदार व मानकरी मंडळींमध्ये अस्वस्थता आहे याची जाणीव झाल्याने काहीजणांना त्यांनी जहागिरी व सनदा वाटल्या! लक्ष दुसरीकडे वेधण्यासाठी नाचगाण्याचे कार्यक्रम ठेवले. आनंदीबाईंनी मात्र सर्वांवर कडक लक्ष ठेवण्याचा सल्ला त्यांना दिला होता...

...अशा परिस्थितीतच बुऱ्हाणपुराजवळ फौजेचा मुक्काम पडला.

* * *

एक दिवस एका जासुदाबरोबर पुण्याहून गुप्तपणे पाठवलेले परशुरामभाऊ पटवर्धनांचे पत्र नाना फडणीसांना मिळाले. ते पत्र वाचताच, कुणाचे आपल्यावर लक्ष असेल याची तमा न बाळगता ते सरळ सखारामबापू बोकिलांच्या तंबूत गेले.

बापूंना ताप आलेला असल्याने ते बिछान्यात पडून होते– एकटेच. अचानक नानांना समोर उभं राहिलेलं पाहिल्यावर ते ताडकन उठून बसले.

"नाना, तुम्ही इतक्या उघडपणे कसे आलात?"

“बापू, ते जाऊ दे– हे पत्र थोडंसं उशिराच मिळालंय. आनंदीबाईही आता इथंच आहेत; पण पत्र वाचा– आपण येथून परत जाण्यासाठी तातडीने प्रयत्न केले पाहिजेत. नाहीतर सारेच ओमफस् होईल!” नाना दबक्या आवाजात म्हणाले.

बापूंनी पटवर्धनांच्या पत्रावरून नजर फिरवली... “येथे पुण्यात सारेकाही आलबेल आहे, असं मुळीच समजू नये. गंगाबाईसाहेबांच्या सुरक्षिततेची फारच काळजी वाटते. आनंदीबाई गर्भपात व्हावयाची साधनं फारच करतात. गर्भपात न झाल्यास गंगाबाईसाहेबांना मारावं अशाही प्रयत्नात आहेतच. मध्ये मारेकरी घालण्याचा व विषप्रयोगाचाही प्रयत्न झाला; पण बाईसाहेबांच्या आजूबाजूला पेरलेल्या महादजींच्या ‘खास’ माणसांमुळे दोन्ही प्रयोग फसले– ईश्वरी कृपा! पण पुत्र झाल्यास त्यालाही अपाय करावा अशा साधनांमध्ये आनंदीबाई दिसतात. म्हणून त्वरित काहीतरी करावयास हवे...”

पत्र वाचून बापूंचे हात थरथरू लागले. “नाना, काय भयंकर बाई आहे ही! क्षणात अशी, तर क्षणात तशी...”

“म्हणूनच बापू, काहीतरी युक्ती काढा! तुम्ही आजारी आहातच... तेव्हा सासवडास विश्रांतीला जाण्याचे सोंग करा; पण मी व हरिपंत यांचीही सुटका करा– नाहीतर ज्या आधारावर आपण षड्यंत्र रचलं आहे तोच नष्ट व्हायचा.” नाना म्हणाले.

“ठीक आहे, नाना. मी थोड्याच वेळात दादासाहेबांची भेट घेतो... बघू या, काय होतंय. तोपर्यंत हे पत्र चांगलंच लपवून ठेवा. नाहीतर भलतीच आफत यायची.”

नानांनी पत्र अंगरख्यात लपवले आणि ते बाहेर पडले...

* * *

त्या रात्री राघोबादादा व आनंदीबाई सारीपाट खेळत बसले होते. आनंदीबाईंचा सारखा विजय होत असल्याने राघोबा जाम वैतागले होते. काय करून खेळ थांबवावा या विचारात ते होते.

इतक्यात आनंदीबाई ओरडल्या, "अगोबाई, बापू तुम्ही? तुम्ही तापानं फणफणले असताना इकडे यायचे कष्ट कशाला घेतलेत?"

एवढ्यात आत आलेल्या बापूंचा तोल जाऊन ते पडू लागले– चपळाईनं राघोबा उठले आणि आपल्या जुन्या कारभाऱ्याला त्यांनी सावरले.

"बापू! तुम्ही सासवडास विश्रांतीला जावे असा निरोप चिंतो विठ्ठलाबरोबर आम्ही दुपारीच दिला. अजून तुम्ही इथं छावणीतच? एवढं अंग गरम आहे; अशात आम्हाला भेटण्याचे प्रयोजन काय?" राघोबादादा आश्चर्याने म्हणाले.

"काय करू दादासाहेब, जिवाला राहवेना म्हणून आलो..."

"बसा बापू... बोला."

बापू त्यांच्या पलीकडच्या आसनावर कसेबसे बसले व म्हणाले, "दादासाहेब, बरेच दिवस तुम्हाला सांगावंसं वाटतंय; पण सर्वांसमोर बोलता आलं नाही; पण आता जाण्यापूर्वी बोलून घेतो."

"बापू, काय असेल ते स्पष्ट बोला."

"दादासाहेब, निजामाच्या स्वारीसाठी तुम्ही अशी काही मंडळी बरोबर ठेवली आहेत की... की, तुमचा केव्हाही घात होऊ शकेल!"

"काय म्हणता, काय बापू?"

"होय, मी विचारपूर्वकच बोलतोय. आयत्या वेळी हे लोक निजाम व साबाजी भोसल्याला जाऊन मिळतील आणि आपण अडचणीत सापडाल."

"कुणाविषयी बोलताय तुम्ही?"

"काही झालं तरी नाना, हरिपंत ही नारायणरावांची माणसं... कधी उलटतील काय सांगावं?"

"बघा, मी म्हणत होते ना की बापू, मोरोबा सोडून कुणावरही

विश्वास ठेवू नका म्हणून? आता हे अस्तनीतले निखारे घेऊन आपण निजामावर स्वारीला निघालात...'' आनंदीबाई विजयानं म्हणाल्या.

राघोबा पुरते गोंधळले आणि म्हणाले, ''अहो बापू, पण तुम्ही तर सारखे नाना व पंतांबरोबर असता...''

''दादासाहेब, ते नाइलाजानंच! आपल्या जुन्या शत्रूंविषयी मला कसं प्रेम वाटेल? तेव्हा आता वेळेवर त्यांना पुण्याला परत पाठवावं असं मला वाटतं...''

''पण बापू, आता मध्येच काय कारण काढून त्यांना परत पाठवणार? ते दुखावले गेले म्हणजे तिकडूनही पंचाईत व्हायची.'' राघोबा वैतागून म्हणाले.

''अहो, बापू म्हणत आहेत ते बरोबरच आहे. पुण्यात कुणी जबाबदार माणसं नाहीत या सबबीवर त्यांना परत पाठवावं...'' आनंदीबाई अधिकारवाणीनं म्हणाल्या.

''ठीक आहे. तसा निरोप देऊ नाना व हरिपंतांना? पण बापू, तुम्हाला बरं वाटलं की सासवडाहून पुण्यास जाऊन सर्वांवर लक्ष ठेवावं.'' राघोबा म्हणाले.

''त्याची काळजी नको. प्रकृतीला उतार पडला की, लगेच पुण्याला जाईन...'' बापूंनी आश्वासन दिलं आणि मनातल्या मनात फुटत असलेल्या आनंदाच्या उकळीला चेहऱ्यावर दिसू न देता ते उठले अन् तंबूबाहेर पडले...

...ते गेल्यावर राघोबांनी डोकं गच्च दाबून धरलं व म्हणाले, ''छे बुवा, या राजकारणानं डोकं फिरविलं. त्यापेक्षा समोरासमोर युद्ध परवडलं.''

''असं काय करायचं ते... आत्ताच तर आपल्याला पेशवेपद प्राप्त झालंय! अजून कस लागायचा आहे. एवढ्यातच डोक्यात राग घालून कसं चालेल?'' आनंदीबाई आवाज बदलून अचानक प्रेमळपणानं म्हणाल्या.

पण केवळ त्या नाटकी प्रेमळपणानंच विषयासक्त राघोबांचा सारा नूर पालटला. ते म्हणाले, "आनंदी, या क्षणी आम्हाला तुझी गरज आहे..."

– काही न बोलता, तंबूचा पडदा सरकवून आनंदीबाई मंचकावर जाऊन बसल्या. त्यांच्या विशाल नेत्रांत दुसऱ्याचा मोह अनावर करणारं आमंत्रण होतं...

* * *

बापूंच्या युक्तीमुळे ते स्वत:, नाना व हरिपंत यांची मोहिमेतून सुटका झाली; पण या तिघांमध्ये नानाच सर्वांत आधी पुण्यात पोहोचले.

ते घरी परत आल्यानं त्यांच्या कुटुंबाला– अन्नपूर्णाबाईंना– खूप आनंद झाला. एकटं राहायची त्यांना सवयच नव्हती. शिवाय आठ-दहा महिन्यांपूर्वी बरेच उपासतापास व नवससायासानं झालेली मुलगी साध्या तापाचं निमित्त होऊन वारली होती; तेव्हापासून त्यांची मन:स्थिती बिघडली होती व ती सावरताना नानांची दमछाक झाली होती आणि पुण्यातील सध्याच्या अस्थिर वातावरणात एकट्या बाईनं राहणं कठीणच होतं...

...नाना सकाळीच शनिवारवाड्यात फडावर जाऊन काय काय कामं खोळंबली आहेत याचा अंदाज घेऊन आले होते. काही तातडीची कामं हातावेगळी करून व काही कारकुनांवर सोपवून मध्यान्हीला जेवणासाठी ते घरी परत आले.

जेवणं झाल्यावर अन्नपूर्णाबाईंनी दिलेला विडा तोंडात टाकून नाना परसबागेतील झोपाळ्यावर जाऊन बसले, तोच परशुरामतात्या पटवर्धन व नारो अप्पाजी तुळशीबागवाले भेटीला आल्याची वर्दी त्यांना मिळाली.

नानांनी दारापाशी जाऊन त्यांचं स्वागत केलं आणि मोठ्या आदरसत्कारपूर्वक त्यांना बैठकीच्या खोलीत बसवलं.

पुण्याची व मिरजेची पटवर्धन मंडळी ही नानांच्या अंतरंगातील, तर पुणे प्रांताचे सरसुभेदार असलेले नारो अप्पाजी तुळशीबागवालेसुद्धा नानांना मानणारेच. तुळशीबागवाल्यांनी बुधवार पेठेतील तुळशीबागेत जे राममंदिर बांधलं होतं, तेथे देवदर्शनासाठी पेशव्यांबरोबरच नानाही जात असत.

"परशुरामतात्या, तुमचे मी व बापूंनी विशेष आभार मानले पाहिजेत– गंगाबाईसाहेब येथे फारशा सुरक्षित नाहीत या अर्थाचं तुमचं पत्र मिळालं आणि मोठ्या युक्तीनं आम्ही मोहिमेतून सुटका करून घेतली..." नाना म्हणाले.

"नाना, काय सांगू... केवळ ईश्वरीकृपेमुळे आणि महादजी शिंद्यांच्या माणसांच्या समयसूचकतेमुळे गंगाबाईसाहेब दगाफटक्यातून वाचल्या– पण हे नेहमीच घडेल असं नाही! म्हणून काही करून त्यांना शनिवारवाड्यातून हलवलं पाहिजे."

"आणि आता रामशास्त्रींनी बाणेदारपणानं दिलेल्या निर्णयामुळे दादासाहेबांची मोहीम किती दिवस चालते ते बघायचं– पुष्कळ मंडळी वाटेतच त्यांना सोडून जातील आणि ते पुण्यास परत येतील. मग बाईसाहेबांच्या जिवाला धोका आहे!" नारो अप्पाजी म्हणाले.

"तात्या व नारोपंत, तुमच्यासारखीच मलाही रात्रंदिवस काळजी लागली आहे. तुम्हाला खरं सांगू, नारायणरावांच्या हत्येमुळे छत्रपती शिवरायांनी स्थापलेल्या मराठेशाहीशी आणि पार बाळाजी विश्वनाथांपासून ज्यांचे सेवक म्हणून आमचं भानू घराणं काम करतंय त्या पेशव्यांशी असलेलं माझं इमान, आता पणाला लागलं आहे!! फडणीस म्हणून वयाच्या पंधराव्या वर्षापासून काम करतो आहे– त्यात भाऊसाहेब, नानासाहेब व माधवराव या तिघांबरोबर मी काम केलं; पण असा बाका प्रसंग कधी आला नव्हता..." बोलता बोलता नाना कमालीचे गंभीर झाले. त्यांच्या डोळ्यांच्या कडा ओलावल्या.

"हो आणि आम्ही तर ऐकलं आहे की, पानिपतावर तुम्ही शेवटपर्यंत सदाशिवरावभाऊंच्या शेजारी ठामपणे उभे होतात. त्यांना सोडून जायला तयार नव्हता– शेवटी भाऊंनी स्वत: तुम्हाला रणांगण सोडण्याची आज्ञा दिली, तेव्हाच तुम्ही तेथून हललात! धन्य आहे तुमची..." नारो अप्पाजी म्हणाले.

"आणि पानिपतापेक्षाही, धक्कादायक अशा माधवरावांच्या मृत्यूसमयी त्यांच्यावर पेशवे म्हणून असलेल्या कर्जाची तुम्ही हमी घेतली आणि धन्याला ऋणमुक्त केलंत..." परशुरामतात्या म्हणाले.

"पण आज त्यापेक्षाही भयंकर समय आहे. कारण शत्रू हा घरातीलच आहे! पण तुम्हा सर्वांच्या व शौर्यसागर महादजींच्या मदतीमुळे मराठी दौलत तरून जाईल असा मला विश्वास वाटतो." नाना काहीसे सावरून म्हणाले.

"मग नाना, गंगाबाईंना कुठं हलवायचं? त्यांना साठ्यांकडे माहेरी पाठवायचं की आम्हा पटवर्धनांच्या मिरजेला हलवायचं? की साताऱ्याला छत्रपतींच्या आश्रयाला पाठवायचं?" परशुरामतात्या म्हणाले.

"तात्या, दादासाहेबांचा 'राघोभरारी' म्हणून लौकिक आहे– या तिन्ही ठिकाणी अचानक येऊन त्यांनी हल्ला केला तर काहीही विपरीत घडू शकतं! माझ्या मते, आजपर्यंत असंख्य वेळा किल्ले पुरंदर स्वराज्याच्या कामी आला आहे, तेथे त्यांना ठेवावं– खुद्द शिवरायांनी फत्तेखानाशी लढाईच्या वेळी, तर निजाम-बाजीरावसाहेब या पालखेडच्या लढाईच्या वेळी शाहूमहाराजांनी तेथे आश्रय घेतला होता. ते ठिकाण योग्य वाटतं; पण अंतिम निर्णय बापू व हरिपंत फडके पुण्यात आल्यावर घेऊ..." नाना विषय संपवीत म्हणाले.

* * *

दत्तजयंतीला पंधरा-वीस दिवस होऊन गेले होते; किरीस्तांव

लोकांचा नववर्षदिनही उलटून गेला होता– तरी पुण्यातील थंडी कमी होण्याचं नाव घेत नव्हती. त्या दिवशी मध्यान्ह उलटली तरीही हवेत गारवा होता. ऊन बेताचंच, पण वारं मात्र बोचरं होतं. या हवेचा नाही म्हटलं तरी शनिवारवाड्याच्या पहाऱ्यावर परिणाम झाला होता– गारदी सुस्तावले होते. शिवाय खुद्द शनिवारवाड्याचा धनीच पुण्यापासून दूर निजामाच्या स्वारीवर गेला होता– राघोबा नळदुर्गापर्यंत पोहोचले, अशी एक खबर होती; त्यामुळे पहारेकऱ्यांची सुस्ती वाढून पहारा ढिला पडला होता...

...अशा वेळेला जांभूळ दरवाजातून एक खास मेणा बाहेर पडला. मेण्यात राघोबांची माहेरी आलेली कन्या दुर्गाबाई होती. या मेण्यामागेही कुलीन स्त्रियांचे एक-दोन मेणे होते. चार-पाच भटजी, पाच-सहा दासी अन् काही खासगीकडचे नोकर सोडले तर फारसा लवाजमा नव्हता. जांभूळ दरवाजामध्ये पान चघळण्यात गुंग असलेल्या पहारेकऱ्यांना दुर्गाबाई कसब्याच्या गजाननाचं तसंच तांबड्या जोगेश्वरीचं दर्शन घ्यायला जात आहेत असं सांगण्यात आलं– त्यांनी मुकाट्यानं मेणे पुढे जाऊ दिले...

...थोड्याच वेळात मेणे कसबा गणपतीच्या येथे पोहोचले. तेथे काही वेळ थांबून जोगेश्वरीच्या येथे जाऊन पोहोचले. तेथे दुर्गाबाईंनी देवदर्शन घेतलं आणि त्या परत मेण्यात जाऊन बसल्या. मात्र, नंतर हा लवाजमा पुन्हा शनिवावाड्याकडे न वळता प्रथम पर्वतीच्या दिशेनं आणि नंतर वेगानं कात्रजच्या दिशेनं वळला! थोड्याच वेळात बापू, नाना व हरिपंत फडके एका मोठ्या पथकानिशी या लवाजम्यात सामील झाले!!

मेणे कात्रजजवळ पोहोचल्यावर लवाजम्यातील जे मोठं पथक होतं, त्यातील सुमारे शंभर स्वार रस्ता अडवून उभे राहिले– त्यांचं नेतृत्व नारो अप्पाजी तुळशीबागवाल्यांकडे होतं.

“नारो अप्पाजी, आम्ही पुरंदरावर पोहोचेपर्यंत हा रस्ता अडवून धरा– बहुधा कोतवालीचे स्वार व गारदी पाठलागावर येतील, त्यांचा निकाल लावा– आज मराठेशाहीची अब्रू तुमच्या हातात आहे!” नाना त्यांच्याजवळ येऊन म्हणाले आणि परत लवाजम्यात जाऊन पोहोचले. पटपट पाय उचलत भोई मेणे पुरंदर किल्ल्याच्या दिशेनं पळवू लागले...

* * *

गंगाबाई, पार्वतीबाई अन् दुर्गाबाई शनिवारवाड्यातून निसटल्या, हे लक्षात आल्यावर कोतवालीच्या स्वारांची व गारद्यांची एकच धावपळ उडाली. थोड्याच वेळात स्वत: केतकर कोतवाल वीस-पंचवीस घोडेस्वारांबरोबर कात्रजच्या दिशेने दौडू लागले!

* * *

कात्रज पायथा गाठला आणि केतकरांच्या लक्षात आलं की, त्यांची वाट अडवून सुमारे शंभर स्वार उभे आहेत.

“चला, वाट सोडा– मला पुढे जाऊ दे” केतकर ओरडले.

पण समोरच्या स्वारांवर त्याचा काहीही परिणाम झाला नाही. कुणीही जागचं हललं नाही.

तसं केतकरांनी तलवार उपसली आणि रागानं घोडं पुढे दामटण्याचा प्रयत्न केला.

अचानक समोरच्या स्वारांमधून तुळशीबागवाले पुढे आले व म्हणाले, “केशवराव, तुम्हाला पुढे जाता येणार नाही– नानांची तशी आज्ञा आहे...”

“श्रीमंत रघुनाथराव पेशव्यांची आज्ञा झाल्याशिवाय खाशा स्त्रीवर्गाला पुण्यातून हलता येणार नाही. त्यासाठी परवाना लागेल...” केतकरही हटेनात.

‘चांगल्या कामासाठी परवाना लागत नाही...” नारो अप्पाजी म्हणाले.

"कोतवालीच्या कामात अडथळा आणल्यास परिणाम चांगला होणार नाही..." केतकरांनी धमकावले.

आता मात्र नारो अप्पाजी तुळशीबागवाले भडकले व म्हणाले, "केतकर, कुणाच्या परवानगीनं तुमच्या धन्यानं– राघोबादादांनी– पेशव्यांची हत्या केली? परवान्याच्या गोष्टी कुणाला सांगता?"

"नारो अप्पाजी, सरकारी कामात अडथळा आणल्याबद्दल मी तुम्हाला अटक करतोय– तुमच्या स्वारांनाही मी समज देतो की, त्यांनी मध्ये येऊ नये" केतकरांनी दरडावून सांगितलं.

"केशवराव, हे मुळी आमचे स्वार नाहीतच! महादजी शिंद्यांच्या खाशा रक्षक दलातील आहेत! पाहाताय काय गडे हो, या कोतवालांना तुमचा इंगा दाखवा..."

क्षणार्धात महादजींच्या सैनिकांनी केतकरांच्या पथकाला गराडा घातला आणि हां हां म्हणता त्यांना नि:शस्त्र केलं. खुद्द केतकरांची तलवारही एकानं हवेत उडवली व त्यांच्या मुसक्या बांधल्या.

"रघुनाथराव पेशव्यांना हे समजेल तेव्हा तुमच्या आयुष्याची घटका भरलीच म्हणून समजा" त्याही अवस्थेत केतकर बोलले.

"विचारतो कोण तुमच्या रघुनाथरावांना? आत्तापासूनच पुण्यात गंगाबाईसाहेबांचा अंमल सुरू झाला आहे!" नारो अप्पाजी विजयानं म्हणाले..."

* * *

गंगाबाई पुरंदर किल्ल्यावर सुखरूप पोहोचल्या. मात्र, तेथे आनंदोत्सव सुरू झाला– गंगाबाईंच्या पोटी पेशवाईचा वारस जन्माला येईल या भावनेनं प्रत्येकजण त्यांना जपत होता. पार्वतीकाकू व स्वत:च्या आई-बापांच्या वर्तनावर नाराज असलेली राघोबांची कन्या दुर्गाबाई, त्यांची काळजी घेत होत्या. राघोबा दूर बीदरजवळ असले तरी त्यांचा एखादा मारेकरी काम साधू नये, म्हणून महादजींच्या रक्षक दलातील शिपाई डोळ्यांत

तेल घालून पुरंदरावरची सुरक्षा सांभाळत होते. नाना फडणीसांच्या सूचनेवरून पुरंदरचा जुळा भाऊ असलेल्या वज्रगडावरही काही सैन्य ठेवण्यात आलं– मुरारबाजीच्या वेळेस वज्रगड दिलेरखानानं जिंकला होता व पुरंदराला घेरलं होतं. त्याची पुनरावृत्ती होऊ नये म्हणून!

इकडे पुण्यात शनिवारवाड्यासह सर्व ठिकाणी नारो अप्पाजी तुळशीबागवाल्यांनी राघोबांना सामील असलेल्या लोकांची उचलबांगडी करून तेथे नाना–बापू–हरिपंत यांच्या विश्वासातील माणसं ठेवली. पुणे व पुरंदर यांच्या दरम्यान सर्व महत्त्वाच्या ठिकाणी चोख बंदोबस्त ठेवण्यात आला होता आणि खुद्द पुरंदराजवळ सरदार पानशांचा तोफखाना तैनात केला होता.

नाना, बापू व हरिपंत फडके पुरंदरावर येऊन-जाऊन असले तरी पुण्यातून पत्रव्यवहार करून, अनेक महत्त्वाच्या राजकीय व्यक्तींना आपल्या बाजूला वळवून घेण्यासाठी शिकस्त करत होते.

मुख्य म्हणजे सातारला छत्रपतींकडे राघोबांच्या दुष्कृत्याचा पाढा वाचणारं पत्र रवाना करण्यात आलं– त्यात राघोबांविरुद्ध आपल्यासह एकत्र आलेल्या बारभाईंची माहिती नाना फडणीसांनी दिली होती. गंगाबाईंना पुरंदर किल्ल्यावर सुखरूप ठेवलं असून लवकरच त्यांना साताऱ्याला छत्रपतींच्या आश्रयाला पाठवण्यात येईल, असं आश्वासनही त्यात होतं...

आंग्रे, धुळूप यांच्याकडे दूत रवाना करण्यात आले असले तरी होळकरांना आपल्या बाजूला वळवण्यासाठी हरिपंत फडक्यांना पाठवण्यात आलं.

* * *

महेश्वर येथील होळकरांच्या वाड्यात त्या प्रभातसमयी शांतता व प्रसन्नता नांदत होती. भल्या पहाटेच उठून स्नान व जपजाप्य उरकून, अहिल्याबाई होळकर नेहमीप्रमाणे

दिवाणखान्यात येऊन बैठकीवर स्थानापन्न झाल्या होत्या. काही अंतरावर असलेल्या बुटक्या मेजापाशी बसलेला कारकून त्या सांगतील ती पत्रे शब्दबद्ध करायला लेखणी घेऊन सज्ज होता...

...तेवढ्यात वर्दी मिळाली की, पुण्याहून बारभाईंतर्फे सरदार हरिपंत फडके भेटायला आले असून काही वेळ बाहेरच तिष्ठत बसले आहेत.

"अरे, सांगायचं नाही का आम्हाला, हरिपंत भेटीसाठी आले आहेत म्हणून? पेशवे आपले धनी आणि त्यांच्या माणसालाच ताटकळत ठेवायचं? जा, घेऊन या त्यांना लवकर..." अहिल्याबाई थोड्या कडक स्वरातच नोकराला म्हणाल्या...

...हरिपंतांनी आत आल्या आल्याच अहिल्यादेवींना हात जोडून, आदरानं नमस्कार केला. समोरच्या बैठकीवरील पांढरी शुभ्र वस्त्रे ल्यालेल्या, गळ्यात रुद्राक्षमाळा धारण केलेल्या, कपाळी भस्माचे पट्टे ओढलेल्या, शांतमुद्रेच्या अहिल्यादेवींना पाहून पंतांना फार बरं वाटलं– शांती, सोज्ज्वळपणा व शालीनतेची ती जणू मूर्तीच होती!

"बसा पंत असे समोर– जा रे पंतांसाठी कुणी फराळाचे पदार्थ व दूध घेऊन या..."

"छे छे मातुश्री, ही फराळाची वेळ नव्हे."

"वा, हरिपंत – मल्हारबाबांपासून तुमची ओळख. होळकरांच्या घरून तुम्ही तसेच परत गेलात तर आम्हाला बरं वाटेल का?"

हरिपंत किंचित हसले व स्थानापन्न झाले.

"मातुश्रींना पुण्याकडील दु:खद समाचार कळला असेलच" हरिपंत म्हणाले.

"कळला? नुसता कळला नव्हे अंत:करणाला झोंबला! मराठेशाहीत मोगलाईसारखा प्रकार घडला! हे भयंकर आहे– शिवाय नाना, बापू, त्र्यंबकमामा आणि तुम्ही अशी मातब्बर

मंडळी असून हे घडलं.''

''मातुश्री, काय सांगू! अशा गोष्टी घडल्या की, शरम आली– मराठेशाहीचं केंद्र असलेल्या शनिवारवाड्यात ब्रह्महत्या, स्त्रीहत्या व गोहत्या घडल्या. म्हणून तर आम्ही बारभाईंनी राघोबादादांचा बीमोड करून, गंगाबाईसाहेबांच्या संतानाला पेशवाईची वस्त्रं देण्याचा घाट घातला आहे.''

''राघोबांना आम्ही चांगलेच ओळखतो! मल्हारबा निवर्तल्यावर होळकरी दौलत घशात घालण्याचा त्यांचा डाव होता. शिंद्यांची गादी महादजींना मिळू नये म्हणूनही त्यांची खटपट होतीच– पण श्रीमंत थोरल्या माधवरावांसारखा खंबीर पेशवा आणि नानांसारखे त्यांचे सल्लागार असल्याने राघोबांचा डाव फसला! स्थिर बुद्धी नसलेला व अत्यंत विषयासक्त असा हा माणूस पेशवेपदी कधीच शोभणार नाही. पेशवा म्हणजे स्वराज्याचा पंतप्रधान आहे, शोभेचं पद नव्हे!'' अहिल्याबाई कळकळीनं म्हणाल्या.

''म्हणून तर राघोबा निजामाच्या मोहिमेवर व स्वराज्यापासून लांब असतानाच त्यांना सत्ताभ्रष्ट करण्याचे आमचे प्रयत्न आहेत आणि म्हणूनच या कामी तुमचे आशीर्वाद घ्यायला नानांनी मला पाठवलं आहे.'' हरिपंत पुन्हा हात जोडून म्हणाले.

''पंत, नानांना म्हणावं, आमचा आशीर्वाद मागण्याची गरज नाही– तो तर सदैव आहेच!'' अहिल्याबाई प्रसन्नपणे हसून म्हणाल्या.

''पण मातुश्री, तुकोजीराव होळकरांचे कारभारी नारो गणेश त्यांना राघोबांच्या पक्षात सामील करण्यास उत्सुक आहेत...'' हरिपंत चाचरत म्हणाले.

''नानांना म्हणावं, तुकोजीराव आमच्या शब्दाबाहेर जाणार नाहीत– आणि त्यांचं मन वळवायला मी महादजींनाही कळवते; मग तर झालं?''

"आपल्याकडून हीच अपेक्षा होती. आता मी चलतो..."

"हां हां पंत, फराळ केल्याशिवाय तुम्हाला येथून निघता येणार नाही!" अहिल्याबाई निर्वाणीच्या स्वरात म्हणाल्या.

– शेवटी फराळ केल्यावरच हरिपंतांची सुटका झाली...

* * *

नाना-बापू-हरिपंतांसह बारभाईंची कामगिरी अशी एकदिलानं चालू असली तरी राघोबादादांच्या स्वारीची मात्र उलट अवस्था होत चालली. रामशास्त्र्यांनी राघोबांविरुद्ध दिलेल्या निकालानं नाही म्हटलं तरी सर्व सरदार मंडळी बिथरली होती. आपली बाजू सत्याची नाही अशी निदान मनातल्या मनात तरी सर्वांना जाणीव झाली होती.

–बीदरला पोहोचल्यावर सैन्यानं हल्ले करायला सुरुवात केली खरी; पण निजाम बोलणी करायला आल्यावर त्याच्याशी सलूख करून राघोबादादा मोकळे झाले! बदल्यात राघोबांच्या पेशवाईला 'वेळप्रसंगी' पाठिंबा देऊ, हे आश्वासन निजामाकडून मिळालं!

निजामाशी सलूख करून हैदरशी लढायला निघालेल्या राघोबांनी प्रत्यक्षात त्याच्याशी तहच केला. राघोबाच पेशवाईचे खरे वारस आहेत हे मान्य करून घेण्याच्या बदल्यात, थोरल्या माधवराव पेशव्यांनी कष्टानं मिळविलेला एक कोटी रुपये किमतीचा विस्तीर्ण मुलूख, त्यांनी हैदरच्या घशात घातला! या सगळ्या प्रकारानं मुधोजी भोसले, पटवर्धन, रास्ते, धायगुडे, भवानराव प्रतिनिधी ही मंडळी नाराज झाली. इतकंच नव्हे तर प्रतिनिधींचं राघोबांशी कडाक्याचं भांडण झालं.

– फौजेत एवढी अस्वस्थता असूनही राघोबांची विषयासक्त वृत्ती मध्येच उसळून येई. स्वत:जवळ व इतर सरदारांजवळ फ़ारसा पैसा नसला तरी, बिनीवाल्यांनी उत्तरेत पराक्रम गाजवून आणलेल्या हुजुरातीच्या खजिन्यावर राघोबांनी डल्ला मारला!

हा पैसा स्वराज्याचा आहे ही वस्तुस्थिती त्यांनी साफ नजरेआड केली...

* * *

त्या दिवशीही रात्री राघोबादादा, चिंतो विठ्ठल, सखाराम हरी, मोरोबादादा फडणीस, महमद इसाफ इत्यादी मंडळी एका कलावंतिणीच्या नाच-गाण्यात दंग होती. मध्येच हातातील प्याल्यातील मद्याचा घुटका घेत, मध्येच मनगटाला बांधलेल्या गजऱ्याचा वास घेत, राघोबा कलावंतिणीच्या प्रत्येक नखरेल अदेला दाद देत होते. इतर मंडळीही रंगात आली होती.

– एवढ्यात एक ज़ासूद अचानक तंबूत जवळजवळ घुसलाच.

"ए काय रे, श्रीमंत विश्रांती घेत आहेत हे तुला माहीत नाही का?" चिंतो विठ्ठल म्हणाले.

"नाही हुजूर, खुद्द बाईसाहेबांनीच मला खबर द्यायला इकडे धाडलं आणि त्याही इकडेच यायला निघाल्यात..."

आनंदीबाई तंबूकडे येत आहेत म्हटल्यावर तेथील मंडळींत एकच गडबड उडाली. खुद्द राघोबांनी कलावंतिणीला नाच-गाणं थांबवून ताबडतोब तेथून जायला सांगितलं. मद्याचे प्याले, मनगटातील गजरे अदृश्य झाले. सर्व मंडळी जरा सावरून इतमामानं बसली.

एवढ्यात आनंदीबाई आत आल्या.

"इकडे आपल्या नशिबाला आग लागलीय आणि तुम्हाला नाच-गाणी सुचतात!" प्रचंड घुश्शात आनंदीबाई म्हणाल्या. त्यांचा गोरापान चेहरा लालबुंद झाला होता. चेहऱ्यावर तणाव स्पष्ट दिसत होता.

"हो... हो... पण झालं काय? काय खबर आहे रे?" राघोबादादा गडबडीनं म्हणाले.

"काय झालं नाही ते विचारा– सांग रे!" आनंदीबाई

ओरडल्या.

"श्रीमंत, पुण्याहून फार भयंकर खबर आहे! नाना फडणीस, सखारामबापू बोकील, फडके, तुळशीबागवाले, पानसे इत्यादी दहा-बारा मंडळींनी आपल्या विरुद्ध बंड केलं आहे..."

"काय सांगतोस काय? नाना आणि बापूंनीसुद्धा बंड पुकारलं?" राघोबादादा धक्का बसून म्हणाले. त्यांचा स्वत:च्या कानांवर विश्वास बसेना.

"होय! या सर्वांनी मिळून पुणे प्रांतावर ताबा मिळवला आहे आणि गंगाबाईसाहेबांना पुरंदर किल्ल्यावर नेऊन ठेवलं आहे. बापू मुख्य कारभारी बनले असून सर्व सरदार, मानकऱ्यांना या बारभाईंना सामील होण्याचं आवाहन केलं गेलंय! खुद्द छत्रपतींकडे आपली पेशवाई रद्द करावी, अशा आशयाचं पत्र नानांनी पाठवलं आहे..."

"खामोश! ही हिंमत? राघोभरारी म्हणतात आम्हाला हे बारभाई विसरलेले दिसतात..." राघोबा संतापानं म्हणाले व ताडकन उभे राहिले.

"...ती गोष्ट जुनी झाली; आता पुढचं ऐका" आनंदीबाई उपहासानं म्हणाल्या.

"आनंदी!!" राघोबा कडाडले.

"...श्रीमंत, साबाजी भोसले मोगलाईत रयतेला त्रास देतात. त्यांचा बंदोबस्त करण्यासाठी आपण पाठवलेले त्र्यंबकमामा पेठे व आनंदराव रास्ते त्यालाच सामील झाले असून हे त्रिकूट आपल्यावर चालून येणार आहे..."

"आजपर्यंत पेशव्यांनी केलेल्या कौतुकाचं मामांनी चांगलंच उट्ट काढलं" मोरोबादादा आगीत तेल ओतत म्हणाले.

"आणि श्रीमंत, निजामही आपल्यावर उलटला असून बारभाईंच्या पक्षात सामील झाला आहे..." जासूद खबरांची फैर पुढे चालू ठेवत म्हणाला.

"बास, बास! अधिक काही ऐकण्याची माझी इच्छा नाही..." राघोबांनी आपलं डोकं दोन्ही हातांनी दाबून धरलं आणि हताश होऊन ते आसनावर बसले.

– हळूहळू सगळ्या मंडळींनी तेथून काढता पाय घेतला. प्रत्येकाला कमी-जास्त प्रमाणात हादरा बसलाच होता! बरोबर असलेले गारदी अस्वस्थपणे हा सारा प्रकार पाहत होते...

* * *

राघोबांना बारभाईंच्या बंडाची बातमी मिळाली, त्याच दिवशी दुपारी पुरंदर किल्ल्यावरील फडात नाना, बापू आणि पुरुषोत्तम दाजी पटवर्धन यांची खलबतं सुरू होती.

"नाना, एव्हाना दादासाहेबांपर्यंत आपल्या बंडाची बातमी जाऊन पोहोचली असेल. आता जास्त काळजी घ्यावयास हवी..." बापू गंभीरपणे म्हणाले.

"बापू, त्याची काळजी नको– पुणे व पुरंदर यांच्या चारी बाजूला हत्यारबंद तुकड्यांचा कडक बंदोबस्त आहे. दादासाहेब एकदम पुरंदरपर्यंत येऊन पोहोचू शकणार नाहीत."

"पण नाना, दादासाहेब साताऱ्यावरच चालून गेले व छत्रपतींना पकडून त्यांची ढाल करण्याचा त्यांनी प्रयत्न केला तर?" पुरुषोत्तम दाजी म्हणाले.

"याविषयी काळजी घेण्याबाबत मी आधीच सातारा दरबारास कल्पना दिली आहे..." नाना हसून म्हणाले.

"नाना, तुमची कमाल आहे! प्रत्येक बाबतीत तुम्ही किती अंगांनी विचार करता!" पुरुषोत्तम दाजी कौतुकानं म्हणाले.

"पण नाना, आणखी एका फार महत्त्वाच्या मुद्द्यावर आपल्याला खल करायचाय." बापू नानांच्या स्तुतीकडे दुर्लक्ष करत म्हणाले.

"कुठला मुद्दा?"

"नाना, आत्ताच्या क्षणापर्यंत आपण सारे बाईसाहेबांना

पुत्रसंतती होईल या आशेने सारं कारस्थान करतो आहोत. पण समजा, पुत्रसंतती न होता कन्यासंतती झाली तर आणि त्याहीपेक्षा दुर्दैवानं संतती मृत निपजली तर?'' बापू उपरण्यानं घाम पुसत म्हणाले. जसंजसं गंगाबाईंचं बाळंतपण जवळ येत चाललं होतं तसं बापूंना थोडंसं घाबरल्यासारखं वाटत होतं. चुकून हे सारं प्रकरण अंगलट आलं तर त्यांना व नानांना दादासाहेब हत्तीच्यासुद्धा पायी देतील... हा विचार त्यांना अस्वस्थ करत होता.

''याचा विचार मी व हरिपंतांनी आधीच केला होता. गंगाबाईसाहेबांच्या सुमारासच प्रसूत होतील अशा गरीब ब्राह्मण स्त्रियांच्या कुटुंबांशी आम्ही संपर्क साधला होता. त्यातील एक-दोनजण पेशव्यांकडे आपलं मूल दत्तक द्यायला तयार आहेत!''

आता मात्र बापू चकित झाले तर पुरुषोत्तम दाजी पटवर्धनांना हसू आवरेना.

''नाना, तुम्ही योजकतेच्या बाबतीत ब्रह्मदेवावर ताण कराल! धन्य आहे तुमची!!'' पटवर्धन उद्गारले. खलबतं संपली होती.

* * *

यानंतर दोन-तीन दिवसांनंतरचीच गोष्ट. नाना शनिवार-वाड्यातील फडावर काही खर्चाची कागदपत्रं तपासत होते. त्यांच्या उपस्थितीमुळे फडातील दीड-दोनशे कारकुनांना मान खाली घालून काम करायला लागत होतं. लेखण्या कुरकुरत होत्या. वातावरण नि:शब्द होतं...

...एवढ्यात एक कारकून एका जासुदाला घेऊन नानांजवळ आला.

''काय रे?''

''हा आत्ताच साताऱ्याहून छत्रपतींकडून तातडीचं पत्र घेऊन आलाय...''

''बघू...''

जासुदानं रेशमी रुमालात गुंडाळलेलं पत्र नानांच्या हाती ठेवलं. नानांनी रुमाल उलगडून पत्राचं भेंडोळं आदरानं मस्तकी धारण केलं आणि नंतर त्यांची तीक्ष्ण नजर उत्सुकतेनं पत्रावरून फिरू लागली–

"रघुनाथराव बाजीराव यांनी नारायणराव पंडित पंतप्रधान यांजवर कसाला केला, ही गोष्ट धर्मराज्यात अयोग्य झाली. पुढे त्यांनी पेशवाईची वस्त्रे मागितली ती संकट जाणोन पाठवली; परंतु पेशवाईची मर्यादा अगदीच राहिली नाही– यास्तव त्याजकडील पेशवाई दूर केली असे..."

मजकूर वाचला मात्र, नानांना इतका आनंद झाला की, काय करावे ते पटकन त्यांना सुचेना! पण मग सावरून ते त्या कारकुनाला म्हणाले, "ही बातमी इतकी महत्त्वपूर्ण आहे की, स्वराज्यातील सर्व सरदार-मानकरी-सावकार-व्यापारी आणि प्रतिष्ठित व्यक्ती यांच्याकडे त्याची प्रत ताबडतोब जाऊ द्या! पुरंदरावरही तातडीनं याची प्रत जाऊ दे. पुरंदरावर साऱ्यांना कळू दे की, दादासाहेबांची पेशवाईची वस्त्रं रद्द झाली असून गंगाबाईसाहेबांच्या नावे कारभार सुरू झाला आहे! पुरंदरावर दीपोत्सव करण्यास पटवर्धनांना सांगावा द्या..."

* * *

बारभाईंच्या बंडाच्या बातमीनंतर बरेचसे सरदार राघोबांना सोडून गेले. राघोबांची पेशवाईच छत्रपतींनी रद्द केल्यामुळे त्यांच्याबरोबर राहणे म्हणजे राजाज्ञा मोडून फितूर झाल्यासारखे होते; त्यामुळे राघोबांजवळ चिंतो विठ्ठल, सखाराम हरी तसेच गारदी सोडले तर फारसं सैन्य उरलं नाही. जेमतेम आठ-दहा हजाराचं सैन्य होतं ते...

...तरीही तोल सुटल्यामुळे राघोबा कल्याणदुर्गाहून साताऱ्याच्या दिशेने निघाले. वाटेत रास्त्यांचा बागलकोट तर पटवर्धनांचा जमखिंडी वगैरे मुलूख त्यांनी उद्ध्वस्त केला.

मग ते विद्युत गतीनं मिरजेच्या दिशेने निघाले.

– पण वाटेतच त्यांना खबर मिळाली की, पुण्याहून हरिपंत फडके मोठी फौज घेऊन त्यांना पकडायला निघाले आहेत. पटवर्धन मिरजेची वाट रोखून उभे आहेत; तर परिंच्यावरून त्र्यंबकमामा पेठे व साबाजी भोसले त्यांच्या मागावर निघाले आहेत.

यामुळे पुन्हा रस्ता बदलून राघोबा पंढरपुराजवळ पोहोचले. तेथे एक-दोन दिवस थांबून थोडा कर्जाऊ पैसा उभा करून, थेट उत्तरेत शिंदे-होळकरांच्या आश्रयाला जायचा त्यांचा बेत होता.

– पण त्यांचा अंदाज चुकला. ते गोपाळपुरात पोहोचले तेव्हा त्र्यंबकमामांच्या सैन्यानं आपल्याजवळच येऊन तळ ठोकला आहे असं त्यांच्या लक्षात आलं...

...तेव्हा आनंदीबाईंच्या सल्ल्यावरून त्यांनी एक निराळीच, भयंकर क्लृप्ती लढविली!

* * *

वैद्यांनी अनुमान केलेली गंगाबाईंच्या प्रसूतीची वेळ जशी जवळ येऊ लागली तसा नानांचा मुक्काम पुण्यात कमी व पुरंदरावर जास्त होऊ लागला.

त्या दिवशीही मध्यान्हीच्या वेळी पुरंदरावर खाशा स्वाऱ्यांच्या चौसोपी वाड्यावर नानांनी फेरी मारली, त्यावेळी गंगाबाई भोजनोत्तर विश्रांती घेत असल्याचं त्यांना सांगण्यात आलं.

मात्र, ओसरीवर पार्वतीकाकू दुर्वा निवडत बसलेल्या असून, परशुरामतात्या पटवर्धन त्यांच्याशी गप्पा मारताहेत असं दृश्य दिसलं.

"सारं काही क्षेम आहे ना?" नानांनी हसून विचारलं.

"नाना, वैद्यराज व अनुभवी सुईणींसह सारं काही सज्ज

आहे हो... आणि प्रसूती नीट पार पडावी म्हणून आम्ही होमहवन करायला ब्राह्मणही बसवले आहेत; तेव्हा काही काळजी करू नका...'' पार्वतीकाकू म्हणाल्या.

''नाही काकू, तुमच्यासारखी पेशव्यांच्या कुटुंबातील ज्येष्ठ व अनुभवी मंडळी येथे असताना कसली काळजी? आणि परशुरामतात्यांनीही वाड्यावर कडेकोट बंदोबस्त ठेवलाच आहे...'' नाना समाधानानं म्हणाले.

नानांचं हे वाक्य संपतं आहे तेवढ्यात एक जासूद घाईघाईनं तेथे आला आणि पटवर्धनांना मुजरा करून उभा राहिला.

''काय रे?''

''हुजुरातीकडून तातडीचं पत्र आहे. काही अशुभ समाचार आहे...'' जासूद म्हणाला.

परशुरामतात्यांनी त्याच्याकडून पत्र घेऊन घाईघाईनं मजकुरावरून नजर फिरवली; पत्र वाचून त्यांचा चेहरा काळाठिक्कर पडला आणि त्यांनी कपाळावर हात मारून घेतला.

''काय झालं?...'' नानांनी गंभीरपणे विचारलं. ''नाना, हरिपंतांचं पत्र आहे– मोठा घात झाला...''

''पांडुरंगा! बोला तात्या, काय झालं?'' पार्वतीकाकूही घाबरून म्हणाल्या.

''नाना, काकू व दादासाहेब पंढरपुराजवळ पोहोचले तेव्हा पेठ्यांच्या सैन्यानं त्यांना घेरलं तेव्हा दादासाहेबांनी ओळखलं की, आता आपली सुटका नाही! पण त्यांना याचाही अंदाज होता की, खुद्द त्यांच्या अंगाला हात लावण्याची त्र्यंबकमामांची प्राज्ञा नाही– औटघटकेचे का होईना पेशवे होते ना ते! तेव्हा त्यांनी एक कुटील डाव टाकला– शरणागतीची बोलणी करण्यासाठी त्र्यंबकमामांना बोलावलं. मामा फसले! अगदी थोडे शिलेदार घेऊन दादासाहेबांच्या भेटीला गेले आणि दादासाहेबांनी त्यांना कैद केलं!''

“बाप रे...”

“पण नाना, खरी वार्ता यापुढेच आहे. मामांशी दादासाहेब व आनंदीवहिनींचा वाद झाला आणि संतापाच्या भरात, बेईमानी केल्याचा सूड म्हणून दादासाहेबांनी गारद्यांकरवी अमानुष छळ करून...” त्यांना पुढे बोलवेना.

“छळ करून काय केलं परशुरामतात्या?” नानांनी त्यांचे दोन्ही खांदे धरून विचारलं.

“...त्यांना ठार मारलं!”

“अरे देवा...” असं पुटपुटून पार्वतीकाकू तेथून उठून गेल्या. त्या थरथर कापत होत्या.

नाना कुणीतरी जोरानं त्यांना गदगद हलवावं तसे अंतर्बाह्य हलले... त्र्यंबकमामा म्हणजे मराठी दौलतीचे फार जुने, निष्ठावंत व पराक्रमी असे सरदार– माधवराव पेशव्यांचे विश्वासू... त्यांना असं भयंकर मरण यावं! तेही थोरल्या बाजीरावांचे पुत्र राघोबांच्या हातून? राघोबांनी एवढाही विवेक दाखवू नये?

“नाना, काहीतरी बोला...”, जडशीळ झालेल्या नाना फडणीसांना बघून, भरल्या गळ्यानं परशुरामतात्या म्हणाले.

“तात्या, त्र्यंबकमामांचं हे बलिदान व्यर्थ जाणार नाही! यापुढे दादासाहेबांचे पाय पुन्हा शनिवारवाड्याला लागणार नाहीत ही जबाबदारी माझी! राघोबांना आता निर्माल्यवत करून टाकलं नाही तर माझं नाव नाना फडणीस नाही!!” एरवी क्वचितच भावनावश होणारे नाना क्रोधानं म्हणाले. त्यांच्या तीक्ष्ण नजरेतून जणू ठिणग्या बाहेर पडत होत्या...

◆

।। सात ।।

प्रत्येक काळ्या ढगाला एक रूपेरी किनार असते असं म्हणतात. नारायणराव पेशव्यांच्या पाठोपाठ त्र्यंबकमामा पेठ्यांच्या हत्येनं हादरलेल्या मराठी मुलखाला, पुरंदर किल्ल्यावरून आलेल्या आनंददायी बातमीमुळे मोठाच दिलासा मिळाला...

...नारायणरावांचं कुटुंब श्रीमंत गंगाबाईसाहेब प्रसूत होऊन त्यांना पुत्ररत्न झालं! पेशव्यांच्या वंशाला दिवा लाभला!!

पुरंदरासह महाराष्ट्रातील सर्व गड-किल्ल्यांवर तसेच पुण्यात शनिवारवाड्यावर नौबती झडू लागल्या. तोफा धडधडू लागल्या. साताऱ्यात खुद्द छत्रपती रामराजांनी साखर वाटण्याची व्यवस्था केली. भारतात सर्वत्र सांडणीस्वार पाठवले गेले.

नाना, बापू, हरिपंतांसह बारभाईंमध्ये आनंदाची लाट उसळली तर माळव्याकडे पळणाऱ्या राघोबादादांच्या फौजेत नैराश्याची लहर पसरली.

– लवकरच एका शुभदिनी बाळाचं बारसं करून 'सवाई माधव' असं नामकरण करण्यात आलं! आपल्या काकासारखा– थोरल्या माधवरावांसारखाच–किंवा त्यांच्यापेक्षाही सवाई असा हा पेशवा होईल अशी पार्वतीकाकूंची आशा त्यामागे होती!!

* * *

टोपीकर इंग्रजांचा वकील मॉस्टिन त्या सायंकाळच्या वेळी आपल्या बंगल्याच्या आवारातील हिरवळीवरील बांबूच्या ऐसपैस आरामखुर्चीत बसून मद्याचे घोट घेत होता– खास स्कॉटलंडमधून मागवलेलं उंची मद्य होतं ते! त्याच्या हातातील प्याला रिकामा झाला की, तो पुन्हा भरण्याचं काम त्याचा खास नोकर इब्राहिम करत होता. साहेब बहाद्दुरांना लहर येईल तेव्हा मुघली पद्धतीचं सामिष जेवण करून घालणं किंवा मौजेसाठी एखादी नायकीण पुरवणं हेही हा इब्राहिम करत असे.

– पण पुण्यातील अनेक सरदारांच्या घरी त्याकाळात असत, त्याप्रमाणे तो नाना फडणीसांचा हेर होता याचा कुणालाच संशय येण्याचं कारण नव्हतं. खुद्द मॉस्टिनलाही कधी त्याचा संशय आला नव्हता...

...मॉस्टिनच्या डोक्यात एकच विचार सध्या चालू होता– सध्या मराठेशाहीत जे दोन तट पडले होते, त्याचा कंपनी सरकारला कसा फायदा करून घेता येईल हाच तो विचार! या विचारानं त्याला दिवस-रात्र पछाडलं होतं. शिवाय मागे मुंबईला भेट झाल्यापासून गव्हर्नर हॉर्नबी त्याला शनिवारवाड्यावर लक्ष ठेव म्हणून सतत टोचत होताच; पण राघोबादादा उत्तरेकडे जीव घेऊन पळताहेत आणि सध्यातरी बारभाईंचा पक्ष जास्त जोरावर आहे, असं म्हटल्यावर तो काहीच करू शकत नव्हता! शेवटी ईस्ट इंडिया कंपनी ही व्यापारी कंपनी होती. शिवाय दुर्दैवानं मुंबई प्रांत कलकत्ता किंवा मद्रास-सुरतेप्रमाणे प्रबळ नव्हता...

...मॉस्टिनचा विचार भंग पावला, तो इब्राहिमसोबत बंगल्याच्या फाटकातून आत आलेल्या एका पुणेरी सद्‌गृहस्थानं त्याला नाटकीपणानं हात जोडून नमस्कार केला तेव्हा! भपकेदार अंगरखा, धोतर, डोईवर ऐटबाज पागोटं व पायात पुणेरी जोडा असलेल्या त्या घाऱ्या डोळ्यांच्या, गोऱ्यापान व गलेलठ्ठ

माणसाला मॉस्टिननं लगेच ओळखलं– जरी अंगकाठीत जमीन-अस्मानाचा फरक असला तरी हाच तो नाना फडणीसांचा चुलतभाऊ! मोरोबादादा फडणीस! हा कशाला इथं टपकलाय्?

"या या, मोरोबा! बसा असे समोरच्या खुर्चीवर..." मॉस्टिन म्हणाला.

"साहेबांच्या स्मरणशक्तीला दाद दिली पाहिजे..."

"पेशव्यांकडचं बडं प्रस्थ असलेल्या मोरोबांना कोण ओळखणार नाही?..." मोडक्यातोडक्या मराठीत मॉस्टिन म्हणाला.

मोरोबा यानं खूश झाले नसते तरच नवल!

"काय... सरबत वगैरे घेणार?"

"नाही, नाही! आज उपवास आहे माझा."

"पण आज इकडे कसे काय आलात? विलायतेहून पेशव्यांसाठी काही वस्तू मागवायची आहे का?"

"नाही हो... आज मी एक गुप्त प्रस्ताव घेऊन तुमच्याकडे आलोय," दबलेल्या आवाजात मोरोबा म्हणाले.

"कुणातर्फे?"

"अर्थात, राघोबादादांतर्फे! सध्या तुम्ही बघतच असाल की, पेशव्यांचे खरे वारस असूनही त्यांना कशी गैरवागणूक मिळतेय ते... पेशवा पुढे पळतोय अन् त्या हरिपंतासारखा शिपुर्डा त्याच्यामागे लागलाय..."

"अहो, पण तुम्ही त्या बारभाईंमध्ये सामील आहात ना?"

"मी आणि त्यांना सामील? छ्या! मी त्या नाना व बापूंपेक्षा कितीतरी ज्येष्ठ आहे. राघोबादादासुद्धा मलाच मानतात आणि बापू, शिंदे, होळकर, भोसले वगैरे मंडळी आम्हाला आतून सामील आहेतच! आम्ही व आपण एक झालो तर तो मरतुकडा नाना आणि त्याच्या पक्षाचे लोक हां हां म्हणता वाऱ्यावर उडून जातील! काय समजलात?"

मॉस्टिनला हे सारं ऐकून मनातून आनंदाच्या उकळ्या फुटत होत्या. अखेर मराठेशाहीत फूट पाडण्याची संधी आपणहोऊन दारी आली होती! आणि एकदा मराठे नष्ट झाले की, हिंदुस्थानवर राज्य कंपनी सरकारचंच!

– पण मनातील आनंद चेहऱ्यावर दिसू न देता तो म्हणाला, "पण प्रस्तावाचं स्वरूप काय आहे?"

"कंपनी सरकारनं राघोबादादांना कवायती फौज व मोठी रक्कम उसनी द्यावी आणि त्या बदल्यात राघोबा पेशवेपदी आले की भडोच, सुरत, वसई, साष्टी येथील करवसुलीचा हक्क आपल्याला देतील. शिवाय इतर व्यापारी सवलती मिळतील त्या वेगळ्याच!"

"मोरोबा, खरं सांगायचं तर सध्या मुंबई प्रांत सर्वदृष्टीनं कमजोर झाला आहे आणि लवकरच आपल्या प्रत्येक कृतीला कलकत्त्याच्या गव्हर्नरची परवानगी घ्यावी असा कायदाही होतो आहे– पण मित्रांना मदत करण्यासाठी वाटेल तो धोका पत्करायची आमची तयारी असते! तेव्हा मी प्रस्ताव मुंबईला पाठवतो. बघू या काय होतं ते..."

"साहेब बहाद्दुरांनी जरा त्वरा केली तर फार बरं होईल..." मोरोबा लाचारपणे हसतच खुर्चीवरून उठले आणि जाण्यासाठी निघाले.

– मॉस्टिननं लगेच हस्तांदोलनासाठी मोरोबांपुढे हात केला...

...लांबून इब्राहिम हे सारं बघतोय हे त्यांच्या लक्षातच आलं नाही.

* * *

मोरोबांनी ज्यावेळेस इंग्रज वकिलाला भेटून राघोबांचा प्रस्ताव त्यांच्यापुढे मांडला, त्याच वेळेस इंदौरजवळ असलेल्या तुकोजीराव होळकरांच्या छावणीत महादजी शिंदे चर्चेसाठी दाखल झाले.

त्यांचं स्वागत करण्यासाठी स्वत: तुकोजीराव शामियान्याच्या दारापर्यंत आले.

"या, या, पाटीलबाबा! होळकरी छावणीत तुमचं स्वागत असो!"

मोठ्या सन्मानानं तुकोजीराव महादजींना शामियान्यात घेऊन गेले आणि त्यांना आपल्याशेजारी सुशोभित आसनावर बसवलं.

"आज कोणत्या विशेष कारणामुळे तुम्ही इकडं येणं केलं?"

"तुकोजीराव, पुण्याकडचा श्रीमंत नारायणरावांच्या हत्येचा व राघोबांच्या त्यानंतरच्या मोहिमेचा वृत्तान्त तुम्हाला कळला असेलच."

"कळला तर! आमचे कारभारी नारो गणेश सर्व घटना आमच्या कानावर घालतातच."

"तर मग पुरंदरची बाल पेशव्यांच्या जन्माची वार्ता तसेच राघोबांची पेशवाई रद्द झाली आणि आता हरिपंत फडके इत्यादि मंडळी पाठलाग करत असल्यानं राघोबा उत्तरेकडे पळत आहेत, या गोष्टीही तुमच्या कानांवर आल्याच असतील."

"अर्थात! आणि ताजी बातमी म्हणजे राघोबादादा आपली मदत मागण्यासाठी इकडे येणार..."

"म्हणूनच आपण दोघांनी यासंदर्भात काही एकत्र भूमिका घेतली पाहिजे." महादजी जरा जोर देऊन म्हणाले.

"खरं सांगू का पाटीलबाबा, पेशवे व पेठे यांच्या हत्येचा प्रकार वाईटच घडला तरी राघोबांनासुद्धा काही बाजू आहे असं मला वाटतं. पेशवाईचा वारस धूम पळतोय, दारोदारी मदत मागतोय अन् नाना, बापू वगैरे कारभारी मात्र प्रबळ झालेत हे चुकीचं आहे; त्यामुळे वेळ आली तर होळकरी फौज दादासाहेबांना मदत करेल..."

"हे काय बोलता आपण तुकोजीराव? पेशवाईची सूत्रं

राघोबांसारख्या खुनी, अत्याचारी, लहरी, स्वत:ची म्हणून बुद्धी नसलेल्या आणि स्त्रीलंपट अशा माणसाच्या हाती जावी असं तुम्हाला का वाटतं? याउलट नानासाहेब पेशव्यांच्या वंशाचा दिवा असलेल्या बाल पेशव्याच्या बाजूनं आयुष्य पणाला लावणारे नानांसारखे मुत्सद्दी किंवा हरिपंतासारखे योद्धेच मराठेशाही तारून नेतील असं माझं मत आहे! शिवाय पुण्यश्लोक अहिल्याबाईंनीही बारभाईंची भूमिकाच उचलून धरली आहे!''

अहिल्याबाईंचं नाव ऐकल्यावर तुकोजीराव गोंधळले. त्यांच्या शब्दाबाहेर जाण्याची होळकरांच्या घराण्यातील कुणाचीच हिंमत नव्हती.

''अहिल्या मातोश्रींच्या व तुमच्या शब्दाबाहेर आम्ही नाही– पण मग खुद्द थोरल्या बाजीराव पेशव्यांचे पुत्र असलेल्या राघोबांना शिंदे-होळकरांनी बेड्या ठोकल्या तर लोक काय म्हणतील? बाजीराव नसते तर शिंदे व होळकर ही नावंसुद्धा कुणाला माहिती नसती!'' तुकोजीराव होळकर आवेशानं म्हणाले.

''कोण म्हणतं, आपण त्यांना बेड्या घालायच्या? ते तर आम्हालाही जमणार नाही...'' महादजी म्हणाले.

''मग?''

''आपण एवढंच करायचं– त्यांना काही करून इंदौरमध्ये थांबवून घ्यायचं. राजकारणातून निवृत्त होऊन सवाई माधवरावांची पेशवेपदावरील नियुक्ती त्यांना मान्य करायला लावायची. त्याबदल्यात त्यांना योग्य निवृत्तीवेतन मिळेल याची हमी द्यायची...''

''आपण ही हमी कशी देणार?''

''आपण पुण्याहून नाना-बापूंना बोलावून घेऊन राघोबांशी चर्चेद्वारे सन्माननीय तोडगा काढू... पण राघोबांना पेशवेपदी बसविण्याची भूमिका तुम्ही सोडावी! ज्याप्रमाणे पूर्वी मल्हारबा

व आमचे तीर्थरूप राणोजी मराठी दौलतीचं एकमतानं रक्षण करत होते, त्याप्रमाणे आपणही वागावं...''

''ठीक आहे, पाटीलबाबा– आम्ही तुमच्या शब्दाबाहेर नाही...''

हे ऐकून महादजींच्या चर्येवर समाधानाचं स्मित झळकलं.

* * *

त्याच रात्री पुण्यात नाना फडणीसांना पुरुषोत्तम दाजी पटवर्धनांकडे जेवायला बोलावले होते. राघोबा पुण्यापासून लांब पळत असल्यानं अन् सवाई माधवरावांच्या जन्मामुळे राजकारणातील तणाव थोडा कमी होऊन नानांना आज थोडी उसंत मिळाली होती...

...पुरुषोत्तम दाजी हे नानांचे जवळचे मित्र व त्यांचे साहाय्यकर्ते असले तरी महाखोडसाळ आणि फटकळही होते. नानांना गोड खायची सवय आहे हे माहिती असल्यानं आज नानांची थोडी गंमत करून त्यांना रागही आणायचा, असा बेत त्यांनी केला होता.

सगळे जेवायला बसले. पानात सगळे उत्तमोत्तम पदार्थ वाढलेले होते; पण त्यात गोड काहीच नव्हतं! तरीही नाना व्यवस्थित जेवत होते– गोड पदार्थांचा अभाव त्यांनी चेहऱ्यावर दिसू दिला नाही. पण चिंचेचं सार नानांनी भुरकले मात्र– तिखटानं तोंड अक्षरश: भाजलं! नाका-डोळ्यांतून वाहणारे पाणी नाना उपरण्यानं सारखं पुसू लागले.

आपला डाव साधला आणि नाना आता रागावणार असं समजून दाजी आचाऱ्याकडे पाहून ओरडले, ''हा आमचा आचारी असा महामूर्ख आहे– रोज कुठलातरी पदार्थ तिखट करून लोकांच्या डोळ्यांत पाणी आणतो! जा, लोणी-साखर घेऊन ये...''

पण त्यांचा हा बनाव आहे हे ओळखून नाना शांतपणे

म्हणाले, “दाजी, अहो, शेवटी हा पटवर्धनांकडचा आचारी! तो पटवर्धनांसारखाच असणार– आजपर्यंत पटवर्धन लढाईत हत्याराचे तिखट आहेत हे पाहत होतो. आज जेवणात त्याचा प्रत्यय आला!”

आपला बनाव नानांनी ओळखला; तरीही ते शांत राहिले आणि आपले त्यांनी कौतुकच केले हे पाहून पुरुषोत्तम दाजी ओशाळले व जेवण तिखट झाल्याबद्दल नानांची माफी मागून मोकळे झाले!

जेवणानंतर दोघेही विडा खात, झाल्या प्रकाराबद्दल हसत बसले असताना इब्राहिम नावाचा कुणी यवन नानांना भेटू इच्छितो असा निरोप मिळाला.

“पाठवा त्याला आत” नाना म्हणाले. तो समोर येऊन उभा राहिल्यावर नानांनी त्याच्याकडून सारी हकिकत जाणून घेतली व असंच सतर्क राहण्याविषयी बजावून त्याला निरोप दिला.

मग ते म्हणाले, “ऐकलंत ना दाजी, आता मोरोबांपासून आम्हाला सावध राहिलं पाहिजे! आणि राघोबा-इंग्रज या संभाव्य युतीवर नजर ठेवली पाहिजे...”

“नाना, तुमचे असले हेर म्हणजे जगाला न दिसणारं तुमचं शस्त्रच आहे.”

“दाजी, मराठी दौलतीच्या हितासाठी गेली कित्येक वर्षं आम्ही हेरांचं जाळं विणतो आहोत– त्यात यवन, दासीबटकी, गोसावीबैरागी, नायकिणी, व्यापारी असे नाना प्रकारचे लोक आहेत. हे खबरे आम्हाला सावध ठेवतात– मध्ये रास्त्यांच्या नोकरांपैकी बाळाजी नातू हा चाणाक्ष तरुण आम्ही निजामदरबारी पाठवून दिला. तेथे तो मुका-बहिरा बनून जनानखान्यातील नोकर म्हणून काम करतो आणि बातम्या काढतो.

“मात्र, आम्ही थोडं अंगलक्षण ज्योतिषशास्त्र जाणतो. या बाळाजी नातूच्या पाऊलखुणा काहीशा उलट्या आहेत, म्हणून

आम्ही रास्त्यांना सावध केलं की, हा माणूस हुशार असला तरी धन्यावर उलटू शकतो– त्याच्यावर लक्ष ठेवणारा दुसरा हेरही पाहिजे!''

हे ऐकून पुरुषोत्तम दाजींना गंमत वाटली– पण त्यांना व खुद्द नानांना हे काय माहिती की, भविष्यात खरोखरच हा नातू मराठ्यांशी बेईमानी करून शनिवारवाड्यावर इंग्रजांचा 'युनियन जॅक' झळकावेल? नियतीची पावलं ते थोडंच जाणत होते?

* * *

शिंदे-होळकरांना आपल्या बाजूला वळवावं म्हणून राघोबादादा इंदौरला मुक्काम ठोकून बसले खरे; पण त्यांच्या पदरी निराशा आली. पेशवाईवरचा हक्क सोडून देऊन राजकारणातून निवृत्ती घ्यावी आणि ठरावीक निवृत्तीवेतनावर पुढचं जीवन व्यतीत करावं हा महादजींचा त्यांना सल्ला होता! त्यांना कुणी दुखावत नव्हतं, आदरानं वागवलं जात होतं; पण त्यांचं कुणी ऐकतही नव्हतं. शिवाय हरिपंत फडक्यांचं लष्कर जवळच ठाण मांडून बसलं होतं. पुण्याहून महादजींनी निरोप दिल्यामुळे बापू व नाना बोलणी करण्यासाठी मोठी फौज घेऊन निघाले होते– या साऱ्याचा अर्थ एकच होता; बोलणी फिसकटली की, चारी बाजूंनी त्यांच्यावर हुजुरातीच्या फौजा तुटून पडणार व पुन्हा नशिबी स्थानबद्धता येणार...

...याच सुमाराला आनंदीबाईही गरोदर राहिल्या. तेव्हा त्यांना धारच्या किल्ल्यात ठेवून राघोबा निसटले आणि त्यांनी गुजरातकडे मोर्चा वळवला. ते गोविंदराव गायकवाडांच्या आश्रयाला गेले; पण हरिपंतांच्या फौजेनं गुजरातमध्येही त्यांचा पिच्छा सोडला नाही– अखेर शिल्लक फौजेसह मोठ्या दीनवाण्या अवस्थेत राघोबादादा सुरतेला इंग्रजांच्या आश्रयाला गेले...

* * *

ती दुपारची वेळ होती. मुंबईमधील विचित्र हवेनं सर्वांच्या अंगातून घामाच्या धारा वाहत होत्या. अशा हवेत कुणालाच उत्साह वाटला नसता.

– पण यालाही अपवाद होता. टोपीकर इंग्रजांच्या मुंबई कार्यालयात उत्साह संचारला होता– राघोबांचा प्रस्ताव घेऊन आलेल्या मॉस्टिनमुळे हे उत्साहाचं वारं ईस्ट इंडिया कंपनीत वाहत होतं!

इगर्टन, किटिंग इत्यादी लष्करी अधिकारी, फार्मरसारखे मुलकी अधिकारी, जेम्स स्टुअर्ट हा किंग्ज आर्मीमधून कंपनीत दाखल झालेला लढवय्या आणि स्वत: मॉस्टिन इत्यादि मंडळी गव्हर्नर हॉर्नबीच्या टेबलाभोवती जमली होती.

'वेल, वेल! अखेर आपण ज्या संधीची वाट बघत होतो ती आली. राघोबांनी आपणहोऊन आपली मदत मागितल्यानं हिंदुस्थानच्या राजकारणात हस्तक्षेप करण्याची सुवर्णसंधी चालून आली!! एकंदर चित्र असं दिसतंय की, हिंदुस्थानमधील मुघल सल्तनत आता दुबळी होऊन त्यांना महादजींच्या तंत्रानं चालायला लागतंय. निजाम, हैदर, पोर्तुगीज, शीख या साऱ्यांची तोंडं निरनिराळ्या दिशेला आहेत. आणि अशा वेळी मराठ्यांमध्ये दुफळी माजली आहे! मॉस्टिन, तुम्हाला काय वाटतं?'' गव्हर्नर हॉर्नबी उत्साहानं म्हणाला.

''मलाही ही सुवर्णसंधीच आहे असं वाटतंय– शिवाय मोरोबा म्हणतात त्याप्रमाणे शिंदे-होळकर राघोबांना आतून सामील आहेत. बघा ना, उत्तरेत राघोबाला त्यांनी पकडलं नाही– त्यावरून महादजी आणि तो सखारामबापू बोकील यांच्यात खडाजंगी झाली! असं असेल तर राघोबाला हाताशी धरून हिंदुस्थानात वर्चस्व मिळवायला आपल्याला वेळ लागणार नाही,'' मॉस्टिन म्हणाला. त्याला त्याचं प्रमोशन डोळ्यांसमोर दिसू लागलं होतं; ''पण राघोबांना पन्नास लाखाची आर्थिक

मदत आपण देणार कुठून?'' किटिंगनं शंका काढली.

''आपण त्याला फक्त लष्करी मदत देणार– थोडीशी आर्थिक मदत देऊ पाहिजे तर. त्याबदल्यात आपण गुजरातमध्ये महसुलातील लक्षणीय वाटा आणि व्यापारी सवलती मिळवू. राघोबाला आता मित्रच उरले नसल्यानं त्याला आपलं म्हणणं मान्यच करायला लागेल– मात्र साष्टी, वसई इत्यादी मुंबईजवळचा भाग आपण करारात समाविष्ट न करता स्वतंत्रपणे जिंकून घ्यायचा आणि तो जिंकल्यावर नंतर राघोबावर दडपण आणून त्याची मान्यता घ्यायची. कसा वाटतो हा डाव मिस्टर स्टुअर्ट?'' हॉर्नबीनं विचारलं.

''ठाणं, वसई, साष्टी इत्यादी भागांत मराठ्यांचं लष्करी सामर्थ्य काहीच नाही. तो जिंकायला काहीच प्रयास पडणार नाहीत. मी तर म्हणतो की, पेशव्यांच्या बऱ्याच फौजा सध्या पुण्याच्या बाहेर आहेत, तोपर्यंत आपण पुणंसुद्धा जिंकू!'' तरणाबांड स्टुअर्ट उद्गारला.

त्या तरुणाच्या या वाक्यानं तिथे हशा पिकला.

''स्टुअर्ट, पुणं म्हणजे काय साष्टी वाटली तुला? आत्ता पुण्याहून लांब असलेली मराठा फौज एकदा पुण्यात परतली आणि साताऱ्याहून छत्रपतींची राखीव फौजही त्यांना सामील झाली म्हणजे ते आपला एका धडकेत निकाल लावतील. शिवाय मराठ्यांशी संबंध कायमच बिघडतील– नो! असलं काही न करता तूर्त मर्यादित उद्दिष्ट साधायचं...'' इगर्टन म्हणाला.

''आणि गव्हर्नरसाहेब, आपण आपल्या योजनेची कल्पना कलकत्ता किंवा मद्रास प्रोव्हिन्सला दिली का?'' फार्मरनं कळीचा प्रश्न विचारला.

उत्तरादाखल हाताची मूठ टेबलाच्या काचेवर आपटत गव्हर्नर हॉर्नबी म्हणाला, ''नाही! आणि त्यांना विचारायचीही गरज नाही– आपले राजकीय व आर्थिक हितसंबंध आपल्यालाच

जपले पाहिजेत! म्हणूनच एकीकडे साष्टी, ठाणे इत्यादि भाग आपण जिंकून घ्यायचा व दुसरीकडे राघोबांशी बोलणी करून गुजरातमधील करवसुलीचा वाटा मिळवायचा! आणि हे शक्य तितक्या लवकर करायचं.''

थोड्याच वेळात मीटिंग संपल्याचं हॉर्नबीनं जाहीर केलं.

* * *

मुंबई बेट व आजूबाजूच्या भागाकडे मराठ्यांचं फारसं लक्ष नव्हतं आणि हल्ली त्यांच्या बहुतांश फौजा देशावर किंवा उत्तरेकडेच अडकलेल्या असत. या भागातून चांगला महसूल मिळू शकेल याकडेही मराठ्यांचं दुर्लक्ष झालं होतं. याचा फायदा टोपीकर इंग्रजांनी घेतला– साष्टीचा किल्ला फार थोड्या कुमकेनिशी लढविणाऱ्या सरदार बिवलकरांचा चिवट प्रतिकार नौदलाच्या साहाय्यानं मोडून काढत इंग्रजांनी तो जिंकला! तसंच वर्सोवा, कारंजा, यशवंतगड हे छोटे किल्लेही त्यांनी जिंकून घेतले!

गुजरातमध्येही त्यांनी मराठ्यांविरुद्ध राघोबांना मदत करायला सुरुवात केली. इंग्रज व हरिपंत फडके यांच्यात चकमकी उडू लागल्या...

* * *

इकडे धारच्या किल्ल्यात आनंदीबाई प्रसूत होऊन दुसऱ्या बाजीरावाचा जन्म झाला. त्याचा पिता जरी जागेवर नसला तरी स्वत: आनंदीबाईंनी या वार्तेचे खलिते नाना, बापू, शिंदे, होळकर, इंग्रज, निजाम यांना पाठविले... दुसरा बाजीराव हा थोरल्या बाजीरावांसारखा कर्तृत्ववान व पराक्रमी निपजेल आणि सवाई माधवरावाला प्रतिस्पर्धी ठरेल अशी वेडी आशा महत्त्वाकांक्षी आनंदीबाईंना वाटत होती...

* * *

बारभाई– राघोबा– निजाम– इंग्रज या साऱ्यांच्या एकमेकांवर कुरघोडी करण्याच्या प्रयत्नांना नियतीनं एक वेगळंच वळण दिलं ते विलायतेहून निघालेल्या एका जहाजातून कलकत्त्यात दाखल झालेल्या एका खास पत्रामार्फत! कलकत्ता, मद्रास, मुंबई, सुरत या चारही इंग्रज ठाण्यांची सत्ता एकाच गव्हर्नर जनरलतर्फे राबविली जाईल, असं त्यात स्पष्ट केलं होतं. हा पहिला गव्हर्नर जनरल होता वॉरन हेस्टिंग्ज– ईस्ट इंडिया कंपनीच्या भारतातील कारभाराचा सर्वेसर्वा!

हेस्टिंग्जनं पदभार सांभाळला आणि पहिलं जोरदार पत्र पाठविलं ते बॉम्बे प्रोव्हिन्सला. त्यात त्यांनी स्पष्ट म्हटलं होतं की, "राघोबासारख्या कुचकामी माणसाची बाजू घेऊन तुम्ही मराठेशाहीला विनाकारण दुखावलं आहे; त्यामुळे ईस्ट इंडिया कंपनीच्या हितसंबंधांना धक्का बसला आहे. हे निस्तरण्यासाठी कंपनी कलकत्त्याहून पेशव्यांशी थेट बोलणी करील."

या पत्रामुळं हॉर्नबीला चांगलाच दणका बसला!

* * *

राघोबादादांना इंदौर व झाशीच्या परिसरात शिंदे-होळकर-हरिपंत फडके या त्रयीनं थांबवून ठेवल्यानं बापू व नाना मोठी फौज बरोबर घेऊन बोलणी करण्यासाठी पुण्याहून तिकडे निघाले; पण बुऱ्हाणपुरापर्यंत गेल्यावरच त्यांना समजलं की, राघोबा या त्रयीच्या तावडीतून निसटून गुजरातला पळाले. आता पुढे जाण्यात काहीच हशील नव्हतं; पण माघारीही लगेच येण्याची त्यांना– विशेषत: नानांना घाई होती...

...कारण मोरोबादादा फडणीस पुण्यात होते! या आधीच त्यांनी इंग्रजांशी संधान बांधल्याचं इब्राहिमने नानांना सांगितलं होतं. मोरोबा पुण्यात बसून पुरंदरावरील बाल पेशव्यांना दगाफटका करतील अशी नानांना धास्ती होती; त्यामुळे बापू व नाना पुण्यात तातडीनं परतले.

पण पुण्यात आल्यावर वेगळ्याच दगाफटक्याची त्यांना बातमी मिळाली– मुंबईकर इंग्रजांनी साष्टी-ठाणे-वर्सोवा-कारंजा या भागावर हल्ला चढवल्याची वार्ता येऊन पोहोचली आणि पुण्यात एकच खळबळ उडाली! तातडीनं काही फौजा पुण्याहून रवाना झाल्या; पण त्यांना जायला उशीर झाला आणि तोपर्यंत हा भाग इंग्रजांनी जिंकला होता.

या विश्वासघातामुळे नाना इंग्रजांवर चांगलेच संतप्त झाले!

दरम्यान, हेस्टिंग्ज गव्हर्नर जनरल बनला होता. मुंबईकर इंग्रजांना चांगलंच झापून, पुण्यात बोलणी करण्यासाठी त्यानं कलकत्त्याहून अप्टन नावाचा वकील पाठविला.

* * *

पुरंदर किल्ल्याखाली उभारलेल्या खास शामियान्यात कर्नल अप्टन व त्याच्या मोठ्या लवाजम्याचं पेशव्यांतर्फे यथोचित स्वागत करण्यात आलं; त्यावेळी जेमतेम दीड वर्षाचे असलेले बाल पेशवे सवाई माधवराव आपल्या आईसोबत - गंगाबाईंसोबत उपस्थित होते. त्यांच्या बालमुखावरचं तेज, सिंहासनावर बसण्याची त्यांची ऐट, तसंच अप्टनशी त्यांनी केलेलं हस्तांदोलन नाना व बापूंसह सर्वांना सुखावून गेलं– खुद्द अप्टनही चकित झाला!

त्या दिवशी संध्याकाळपासून वाटाघाटींना सुरुवात झाली. पेशव्यांतर्फे बापू व नाना दुभाष्यामार्फत अप्टनशी चर्चा करत होते.

पहिले दोन-तीन दिवस वाटाघाटी पुढेच सरकेनात. दोन्ही बाजू आपापल्या मुद्द्यांवर ठाम होत्या. इंग्रजांनी राघोबांना मदत करणं बिनशर्त थांबवावं आणि जिंकलेला प्रदेश परत द्यावा म्हणून पेशवे आग्रही होते; तर गुजरातमधील भडोच व आजूबाजूचा प्रदेश कंपनीला मिळावा आणि जिंकलेला भाग तसाच राहावा म्हणून अप्टन आग्रही होता. एक दिवस तर असा उजाडला की, दुसऱ्या दिवशी सकाळी चर्चेचं गुऱ्हाळ

थांबवून अप्टन परत जायला निघणार हे जवळजवळ नक्की झालं– पण त्या रात्री अशा काही खबरा मिळाल्या की, घटनांचा सारा नूरच पालटला...

त्या रात्री नाना व बापू समईच्या उजेडात दौलतीच्या खर्चाचे काही हिशेब पाहत बसले होते. स्वराज्याच्या तिजोरीत खडखडाट झाल्याचं त्यांना जाणवलं. आधीच निजामाच्या मोहिमेवर जाताना दादासाहेबांनी पुण्यातला खजिना रिता केला होता. गारद्यांना वाट्टेल तशा रकमा दिल्या होत्या आणि मोहिमेवर असताना बिनीवाल्यांनी उत्तरेतून आणलेल्या लुटीवर त्यांनी डल्ला मारला होता. सततच्या अस्थिर परिस्थितीमुळे महाराष्ट्रात व्यापार-धंद्यावर परिणाम झाला होता. त्यात इंग्रजांशी चालू असलेल्या झगड्यामुळे समुद्रमार्गे होणाऱ्या व्यापारावरही परिणाम झाला होता.

करवसुली व महसुली उत्पन्नाला फटका बसला होता. एकंदर आर्थिक परिस्थिती चिंतेची बनली होती.

"नाना, हा सगळा आढावा घेतल्यावर माझी तर झोप उडते..." सखारामबापू म्हणाले.

"तर काय! आणि बापू, सध्याच्या अनिश्चिततेमुळे सावकार मंडळी पेशव्यांनासुद्धा कर्ज द्यायला नाखूश आहेत. स्वराज्यात शांतता नांदून व्यापारउदीम सुधारला तरच आर्थिक स्थिती पालटेल." नाना म्हणाले.

एवढ्यात पुरुषोत्तम दाजी पटवर्धन तातडीने भेटू इच्छितात, असा सांगावा मिळाला. दाजींच्या जिवावर तर पुरंदरावर बाल पेशवा व त्याची आई सुरक्षित होती. असं काय घडलं की, ते असे अपरात्री भेटायला आले?– नाना चिंताग्रस्त झाले.

"या, या, दाजी!" बापूंनी त्यांचं स्वागत केलं.

"काय अप्टनच्या आरामशीर झोपेची व्यवस्था करून आलात ना?" नानांनी गमतीनं विचारलं.

"त्या अप्टनचं राहू द्या हो– अशा एकेक खबरा येऊन

धडकल्यात की, अप्टन त्यापुढे काहीच नव्हे! एक प्रकरण निस्तारत आणावं तर दुसरं उपस्थित होतंय, ते निस्तारावं तर तिसरं...'' पटवर्धन वैतागून म्हणाले.

''बोला, दाजी काय झालं?'' बापूंनी विचारलं.

''बापू, नाना, अशा एकेक खबरा येत आहेत की, सगळी प्रकरणं आपल्याला आटोपतील की नाही असं वाटायला लागतं. नारायणरावांच्या हत्येपासून जणू साडेसातीच सुरू झालीय!

''आता हेच पाहा ना– खुद्द हरिपतांच्या फौजेतच थोडी बंडाळी उत्पन्न झालीय! करवीर प्रांतातही पेशव्यांशी केलेला सलूख मोडीत काढून करवीर सरकारने बंडाळी माजवली आहे. पुण्यात मोरोबा व मॉस्टिन अजूनही एकमेकांच्या संपर्कात आहेतच. तिकडे दक्षिणेतील आपले आधारस्तंभ मुरारराव घोरपडे यांना हैदरनं घेरलं असून त्यांच्या मदतीस पाठवायला आपल्याजवळ फौज नाही...''

''बास, बास दाजी, कसल्या एकेक बातम्या तुम्ही सांगताय्?'' बापू उपरण्यानं घाम पुसत म्हणाले.

''...पण हे काहीच नाही असं एक संकट पुण्याकडे वाटचाल करतंय– वादळासारखं!''

''कोणतं?''

''मागे सदाशिवरावभाऊंचा तोतया म्हणून रत्नांग्रीच्या तुरुंगात ज्याला अटकेत टाकला होता, त्यानं पुन्हा उचल खाल्ली आहे. थोरल्या बाजीरावांच्या भगिनी अनुताई घोरपडे, नारो शंकर, परांजपे सावकार इत्यादी मंडळींनी 'हाच भाऊ' असा निर्वाळा दिला आहे. इतरही भली भली मंडळी त्याच्या नादी लागली आहेत. राघोबादादांनी आपला वकील त्याच्याकडे पाठवला आहे आणि जवळजवळ वीस हजारांची फौज जमा करून तो पुण्याकडे यायला निघाला आहे...''

''बापरे! संकटं कधी एकटी येत नाहीत असं म्हणतात ते

खरं आहे– बोला बापू, आता काय करायचं?'' नानांनी विचारलं.

''नाना, माझं तर डोकं आता गरगरायला लागलंय! आता हा तोतया पुण्यात पोहोचला आणि त्याचं बंड यशस्वी झालं तर पहिला बळी आपला जाईल...'' बापू म्हणाले.

''बापू, एका वेळी सर्व जगाशी झुंज देता येत नाही! मला असं वाटतं की, टोपीकर इंग्रजांशी आपण तात्पुरता तह करावा! तसं त्या लबाड जातीचं काही सांगता येत नाही. केव्हाही उलटतील! पण आत्ता संघर्ष टाळलेलाच बरा. मात्र, अंतिम मत तुमचं. तुम्ही मुख्य कारभारी आहात'' नाना म्हणाले.

''ठीक आहे– उद्या सकाळी आपण अप्टनशी तहाची बोलणी करू...'' बापू जवळजवळ अंग झटकतच म्हणाले.

* * *

त्या मध्यरात्री बापू व नानांशी चर्चा करून परत येताना, पुरुषोत्तम दाजींनी गडाच्या सुरक्षिततेची पाहणी करण्यासाठी एक चक्कर मारली आणि मग ते आपल्या निवासस्थानी येऊन झोपायच्या तयारीला लागले. कोनाड्यातील दिव्याची वात त्यांनी बारीक करून ठेवली...

...एवढ्यात दारावर लहान आवाजात टकटक झाली.

घडवंचीजवळ ठेवलेला खंजीर हातात घेऊन पटकन त्यांनी दार उघडलं...

...आणि नाना फडणीस आत शिरले.

''काय हो नाना?'' चकित होऊन पटवर्धनांनी विचारलं.

नाना दार लावून गुपचूप आत येऊन आसनस्थ झाले. दबक्या आवाजात म्हणाले, ''दाजी, बापूंना टाळून फक्त तुमच्याशी मला तातडीच्या काही गोष्टी बोलायच्या आहेत. म्हणून मी आत्ता व अशा पद्धतीनं तुमच्याकडे आलो...''

''बोला.''

''दाजी, मघाशी आपली चर्चा झाली की, अनेक संकटं

एकाच वेळी आपल्या दिशेनं येत आहेत. माझ्याकडे विश्वसनीय सूत्रांनी अशी गुप्त खबर आणली आहे की, मोरोबा पुण्यात बसून पुन्हा कारस्थानं करत आहेत. मोरोबांचा गट प्रबळ होत चालला असून बापूही पुन्हा त्यांच्या जाळ्यात सापडले आहेत.''

''काय, बापू पुन्हा राघोबांच्या पक्षाकडे झुकू लागले? एवढे रामायण होऊनसुद्धा?''

''दाजी, तुम्हाला याचं आश्चर्य वाटलं तरी मला त्याचं आश्चर्य वाटत नाही! सखारामबापू बोकील वयाच्या सोळाव्या वर्षी शनिवारवाड्यात कारकून म्हणून नोकरीला लागले, त्यांच्यात मुत्सद्याला लागणारे अनेक गुण आहेत हे तर खरंच; पण निष्ठेचा अभाव, धरसोडपणा यामुळे त्यांच्यावर पूर्ण विश्वास टाकता येत नाही. महत्त्वाकांक्षी स्वभावामुळे श्रीमंत थोरल्या माधवरावांना, तसेच काही वेळा दादासाहेबांनाही त्यांनी अडचणीत आणलं– मग आम्हाला आणलं तर काय आश्चर्य?''

''पण नाना, बापू तर मुख्य कारभारी. त्यांनीच पेशव्यांना धोका दिला तर विश्वास कुणावर ठेवायचा? एवढ्या संकटांच्या गर्दीमध्ये आता करायचं काय?'' पुरुषोत्तम दाजींनी विचारलं.

''दाजी, परस्परविरुद्ध व परस्परविसंगत अशा अनेक व्यक्तींना, शक्तींना मराठेशाहीच्या हितासाठी एकत्र आणण्याचं काम आम्ही आजपर्यंत केलं; पण आता कुणाच्या तरी जबर मदतीशिवाय मराठेशाही टिकवून ठेवण्याचं कार्य करता येणार नाही आणि 'निर्वाणीचा श्रीपती!' ''

'निर्वाणीचा श्रीपती?''

''होय. अत्यंत गुप्तपणे महादजी शिंद्यांना तातडीनं फौजेसह पुण्यात दाखल होण्याचे आदेश पाठवा– तशा पत्रावर गंगाबाईसाहेबांची अनुमती घ्या आणि अत्यंत जलद सांडणीस्वार ग्वाल्हेरकडे रवाना होऊ दे! पाटीलबाबा हे आमचं ब्रह्मास्त्र आहे!!''

''आणि होळकरांचं काय?''

"त्यांना इकडे येण्याचं साधं विनंतीपत्र जाऊ दे– कारण त्यांची भूमिका डळमळीत असून ते मोरोबांकडे झुकू शकतात."

"ठीक आहे– पण हे पत्र जाऊन महादजी पुण्यात पोहोचेपर्यंत वेळ लागेल; तोपर्यंत काय?"

"तोपर्यंत आपण अखंड सावध राहून पेशव्यांचं आणि स्वत:चं रक्षण करायचं. दाजी, रात्र वैऱ्याची आहे..." असं म्हणून नाना जाण्यासाठी निघाले.

* * *

दुसऱ्या दिवशी सकाळी कलकत्त्यातील इंग्रजांचा वकील अप्टन गाशा गुंडाळून परत जायला निघाला, तोच त्याला निरोप मिळाला की, आत्तापर्यंत दोन्ही बाजूंना मान्य होईल अशा मर्यादित स्वरूपाच्या कराराच्या मसुद्याला पेशव्यांनी मान्यता दिली आहे! एका रात्रीत पेशव्यांच्या भूमिकेत बदल झाला यामुळे अप्टनला आनंद झाला– मात्र, त्याचं कारण त्याला कळलं नाही! राघोबांना इंग्रजांनी कुठल्याही स्वरूपाची मदत करू नये या अटीच्या बदल्यात त्यांना गुजरातमधील भडोच व त्याच्या बाजूचे काही परगणे भेट देण्यात आले होते. शिवाय साष्टी आणि ठाणे हा त्यांनी जिंकलेला प्रदेशही तूर्त त्यांच्याच ताब्यात ठेवण्यात आला होता. अशा तऱ्हेने 'पुरंदरच्या तहा'ने काही काळ का होईना, इंग्रज व पेशव्यांमध्ये समेट झाला...

* * *

स्वराज्यावर येत असलेली काही संकटं आपोआप टळली– हरिपंतांनी फौजेतील छोटी बंडाळी मोडून काढली; तर मुरारराव घोरपड्यांना हैदरने ठार मारल्यामुळे वाईट रितीनं का होईना, पण तो प्रश्न सुटला. करवीरकरांच्या फौजेचा कानड्यांच्या नेतृत्वाखाली लढणाऱ्या हुजुरातीच्या फौजेनं पराभव केला...

...पण भाऊंचा तोतया दिवसेंदिवस बलवान होत चालला

होता. कोकणातील बराचसा भूभाग त्यानं जिंकला होता आणि कोणत्याही क्षणी तो पुण्यावर चालून आला असता!

आणि मोरोबा तर मुख्य कारभारी होण्याकरिता व राघोबांना पुण्यात परत आणायला उत्सुक होते. होळकरांसह अनेक महत्त्वाच्या सरदारांना त्यांनी आपल्या बाजूला ओढलं होतं. एक दिवस बापूंना भेटायला ते सासवडला दाखल झाले...

* * *

"या, मोरोबा. कालच माझ्या मनात तुम्ही मध्ये पाठवलेल्या निरोपाविषयी विचार आला– दादासाहेबांबाबत मला सहानुभूती आहेच; पण मीच आता बाल पेशव्यांचा मुख्य कारभारी असल्यानं कारभार करताना भावना बाजूला ठेवायला लागतात..." लिंबू सरबताचा प्याला मोरोबांना देत बापू म्हणाले.

"बापू, तुमची अवस्था सोनेरी पिंजऱ्यातील सिंहासारखी आहे!" मोरोबा छद्मीपणानं हसत म्हणाले.

"म्हणजे? मी नाही समजलो!" बापू अस्वस्थपणे म्हणाले. गेले काही दिवस त्यांचं मन दोलायमान स्थितीत होतं.

"अर्थ सरळ आहे– मुख्य कारभारी म्हणून वरवर तुमच्या नावानं कारभार चालत असला तरी इथं तुमच्या कर्तृत्वाला कसलाच वाव नाही."

"आपल्या मनाला मुरड घालून सर्व संमतीनं कारभार करण्याचा प्रयत्न मी करतोय!" बापू उसळून म्हणाले.

"बापू इथंच तुमचं चुकलं. कारण नाव तुमचं अन् सारी सूत्रं मात्र त्या पातळयंत्री नानाच्या हातात! त्यातूनही तुम्ही कुठले महत्त्वाचे निर्णय घेतले तरी त्यांचं श्रेय मात्र त्या नानाला! छत्रपती, शिंदे, हरिपंत, आंग्रे, फत्तेसिंह गायकवाड हे नानालाच मान देतात. इतकंच काय ती गंगाबाईही त्या नानाच्या हातचं बाहुलं बनलेली!

"बापू, मी हा असला पाणउतारा, असला अपमान कधीच

सहन केला नसता आणि दादासाहेब तर सारखे म्हणतात की, ही दुर्दशा सहन करण्यापेक्षा आम्हाला सामील होणं बापूंना मानाचं ठरेल म्हणून...'' सरबताचे घुटके घेत मोरोबा बोलत होते. त्यात विखार भरलेला होता, अगदी ठासून!

''मोरोबा, तुम्ही म्हणता तसं थोडंसं मला वाटतं; पण तूर्त मी असहाय आहे.'' बापू गंभीरपणे म्हणाले.

''बापू, तुमच्यासारख्या एवढ्या ज्येष्ठ, बुद्धिमान माणसानं अशी असहायतेची भाषा करू नये! आणि हेही लक्षात घ्या– एकदा सर्व शांत झालं म्हणजे नाना तुम्हाला पकडणार. कारण रामशास्त्रींनी निकालपत्रामध्ये कटात सामील असणाऱ्यांमध्ये तुमचंही नाव गोवलं आहेच.''

मोरोबांच्या या वाक्यामुळे सखारामबापू हादरले. हा मुद्दा त्यांनी लक्षातच घेतला नव्हता– आपल्याला पेशव्यांच्या खुनात सामील असल्याबद्दल हत्तीच्या पायी दिलं जातंय आणि शनिवारवाड्यातील नगारखान्याच्या सज्जात बसून बाल पेशवे, नाना, महादजी वगैरे सगळे हा प्रकार बघत आहेत, असं दृश्य त्यांना डोळ्यांसमोर दिसू लागलं. ते मुळापासून हादरले!

''मोरोबा, तीही एक शक्यता आहे.''

''आहे नाही, आहेच! एकदा महादजी इकडे आले की, पाहा काय काय घडतंय ते!''

''मग आपण करायचं काय?'' बापूंनी अधीरपणे विचारलं.

''बापू, शिंद्यांना पोहोचण्यास अजून वेळ आहे– तोपर्यंत आपण या नानाचा काटा काढून टाकू. एकदा हे झालं की दादासाहेब, आपण आणि इंग्रज यांच्या आघाडीपुढे इतर मंडळी काय टिकणार? कारण सध्या राजकारणाचा मुख्य सूत्रधार आमचा पातळयंत्री चुलतभाऊ नाना आहे... अशा या नानाला काहीही थांगपत्ता लागू न देता त्याच्या वाड्यात उद्या रात्री माझी माणसं त्याला पकडून जेरबंद करतील!''

"मोरोबा, तुमची कारस्थानं चालू असेपर्यंत मी पेशव्यांवरील निष्ठेचं नाटक चालू ठेवतो." बापू समाधानानं हातातील सरबताचा प्याला खाली ठेवत म्हणाले...

...मात्र, ही चर्चा ज्या खोलीत चालू होती, त्या खोलीतील भिंतीवरचं एक तैलचित्र किंचित सरकवून चोरखिडकीतून एक व्यक्ती सर्वकाही ऐकत होती, याची या दोघांना सुतराम कल्पना नव्हती!

* * *

दुसऱ्या दिवशी सकाळी खाशाबाकडून नानांना खबर मिळाली की, शहरात रात्री अकरा वाजता कोतवालीची जी तोफ होते, तिचा मुहूर्त साधून मोरोबा त्यांना अटक करणार आहेत.

– नाना स्वत:शीच गंमत घडल्यासारखे हसले.

त्या दिवशी दुपारीच त्यांनी तोफ उडवणाऱ्या कोतवालीच्या माणसाला बोलावून घेतलं; मोहोरांची थैली त्याच्या हातावर ठेवली आणि पुरंदर किल्ल्यावरून मोठ्या तोफेचे पाच बार उडाल्याचे आवाज ऐकल्यानंतरच नित्याची तोफ उडविण्याची सूचना दिली...

...त्या दिवशी नानांनी नेहमीचे सर्व व्यवहार पार पाडले. संध्याकाळी बापूंना व मोरोबांना स्वत:च्या वाड्यावर बोलावून काही प्रश्नांबाबत चर्चा केली; खल केला.

मोरोबा व बापू निघून गेल्यावर मात्र त्यांनी तातडीने पालखी बोलावून मागच्या रस्त्यानं पुरंदरकडे प्रस्थान ठेवलं...

...मध्यरात्री नाना पुरंदरवर पोहोचल्यावर लगेच मोठ्या तोफेचे पाच आवाज झाले. ते ऐकून कोतवालीच्या माणसानं पुणे शहरातील तोफेचा बार केला!

– आधी ठरवल्याप्रमाणे मोरोबांच्या माणसांनी नानांच्या वाड्यावर छापा टाकला, तो काय– नाना वाड्यात नव्हतेच! ते कुठे आहेत याचा वाड्यावरील कुणालाही सुगावा नव्हता!

मोरोबांची माणसं अक्षरश: चकित झाली. इतकी काळजी घेऊनही सावज निसटलं कसं, याचा त्यांना उलगडाच होईना!

* * *

याच सुमारास नानांनी आणखी एक असा बनाव घडवून आणला की, राघोबा, बापू, मोरोबा आणि टोपीकर इंग्रज या सर्वांना जोरदार दणका बसला.

–फ्रान्समधून आलेल्या एका जहाजातून शेवॅलियर सेंट ल्युबिन नावाचा खलाशी उतरला आणि थेट नानांच्या भेटीसाठी पुण्यात आला; त्यानं दोन गुप्त पत्रं सादर केली. फ्रान्सच्या राजाचे सुवर्णपिशवीमधील पत्र बाल पेशव्यांना, तर दुसरे रौप्यपिशवीतील पत्र नानांसाठी! या ल्युबिनशी बरीच खलबतं केल्यानंतर नानांनी फ्रेंचांशी मैत्रीचा करार करण्याचे व मराठी मुलखात व्यापारासाठी जागा देण्याचे आश्वासन दिले. त्याबदल्यात नानांना आवश्यक वाटेल तेव्हा त्यांच्या मदतीसाठी फ्रेंच सैन्य पाठविण्याचे आश्वासन ल्युबिनने दिलं!!

महादजी पुण्यात येईपर्यंतचा काळ नाना असं एकट्यानं खिंड लढवून कंठत होते...

* * *

याच सुमारास बॉम्बे प्रोव्हिन्समधील इंग्रज अधिकारी फार्मर यानं वॉरन हेस्टिंग्जला एक गुप्त खलिता धाडला. त्यात त्यानं लिहिलं,

"ल्युबिनबरोबर वाटाघाटी करण्यामागे नाना फडणीसांचा असा हेतू दिसतो की, आम्हाला शह द्यावा व तुम्हाला संभ्रमात पाडावे! फ्रेंचांशी दोस्ती करण्यामागचा नानांचा हेतू आपल्याविरुद्ध व बाल पेशव्यांच्या दरबारातील आपल्या प्रतिस्पर्ध्यांविरुद्ध स्वत:चं आसन बळकट करणं हाच दिसतो..."

◆

।। आठ ।।

उज्जैनीच्या छावणीत असताना महादजी शिंदे काही तातडीच्या कामासाठी दिल्लीला जायला निघाले होते; एवढ्यात पुरंदरहून पटवर्धनांनी पाठवलेल्या जलद सांडणीस्वारानं, नानांचा पुण्याकडे निघण्याचा तातडीचा निरोप त्यांना दिला.

पत्र वाचल्यावाचल्या महादजींनी अंबूजी इंगळे, राणेखान, जिवबादादा, विंचूरकर, तात्या पागनीस या आपल्या विश्वासू सहकाऱ्यांना बोलावून त्यांच्याशी चर्चा केली आणि फौजा तातडीनं पुण्याकडे वळवण्याचा आदेश दिला.

बैठक आटोपून ते आपल्या तंबूकडे परतले तेव्हा त्यांचं कुटुंब– लक्ष्मीबाई– त्यांची वाटच पाहत होतं.

* * *

तंबूत प्रवेश केल्याक्षणी महादजी प्रसन्नपणे हसून म्हणाले, "लक्ष्मी, तुला बरीच वर्षं पुणं बघायचं होतं ना? आता तुला तशी संधी मिळेल– इतकंच काय पण तलवारबाजी करून मोहीम गाजवायचीसुद्धा संधी मिळू शकते..."

आपल्या स्त्रियांपैकी लक्ष्मीबाईवर महादजींचा फार जीव. शिवाय तीही त्यांना सोडून कधीच राहत नसे– प्रत्येक मोहिमेत छावणीत ती त्यांच्याबरोबर असेच. शिवाय वेळ पडली तर

हाती समशेर घेऊन ती युद्धनेतृत्व करत असे!

"आता अचानक बादशहांच्या दरबारी जाण्याचं सोडून पुण्याला जाण्याचं कसं बाई स्वारींच्या मनात आलं?" लक्ष्मीबाई हनुवटीवर बोट ठेवून आश्चर्यानं म्हणाल्या. "लक्ष्मी, पटवर्धनांमार्फत नानांचा निर्वाणीचा निरोप आला आहे– स्वराज्याला चारी बाजूंनी संकटांनी घेरलं आहे. आता आमच्या साहाय्याशिवाय बाल पेशवे सुरक्षित राहणार नाहीत, असा नानांचा अभिप्राय आहे आणि उगीच काहीतरी बोलण्यातले नाना नव्हेत..." असं म्हणून महादजी मंचकावर स्थानापन्न झाले.

"मी नेहमी पाहते, आपण कायम इकडे उत्तर हिंदुस्थानात व नाना फडणीस तिकडे पुण्यात– तरी आपलं त्यांच्यावर फार प्रेम आणि विश्वास आहे!"

"लक्ष्मी, त्याचं कारण वेगळं आहे. पहिलं म्हणजे पेशव्यांच्या मूळच्या भट घराण्याशी आपलं शिंदे घराणं आणि नानांचं भानू घराणं यांचं अतूट नातं आहे. आमचे तीर्थरूप राणोजीबाबा, होळकरांचे मल्हारबा आणि श्रीमंत थोरले बाजीराव पेशवे हे परममित्र. आपली घराणी ही बाजीरावांमुळेच उदयाला आली. पुढे हे तिघे एकमेकांवाचून राहत नसत! एकमेकांवर विलक्षण प्रेम!

"इकडे नानांच्या भानू घराण्यानं बाळाजी विश्वनाथ पेशव्यांना अनेक संकटप्रसंगी मदत केली; त्यामुळे भानू घराण्याकडे फडणीशी आली. विशेषत: नाना फडणीसांनी नानासाहेब पेशव्यांपासून प्रत्येक पेशव्याच्या काळात आपल्या अतुलनीय बुद्धिसामर्थ्यानं व मुत्सद्देगिरीनं मराठेशाहीची मोठी सेवा केली.

"त्यामुळे शिवरायांनी स्थापन केलेल्या हिंदवी स्वराज्यावर व पेशव्यांवर कमालीची निष्ठा हा माझ्या आणि नानांमधील समान दुवा!

"दुसरं म्हणजे आमच्या उमेदवारीच्या काळात पेशवेदरबारी नानांनी मला फार साथ दिली. राघोबांच्या कारवायांमुळे काही काळ शिंद्यांच्या गादीवर माझा हक्क न मानण्याकडे पेशवेदरबारचा कल होता.

"पण नानांनी श्रीमंत थोरल्या माधवरावांना आमच्या गुणांची जाणीव करून दिली. आमचं महत्त्व पटवून दिलं; त्यामुळेच आम्हाला बोलावून स्वत: माधवरावांनी शिंदेशाही दौलतीची वस्त्रं दिली!

"या सर्व गोष्टींमुळे नानांवर माझा विश्वास व प्रेम आहे..."

"पण मग तुमच्यात कधीच मतभेद झाले नाहीत?"

"मतभेद झाले, होतात व भविष्यातही होतील! फौजांच्या हिशेबठिशेबाबद्दल नाना आम्हाला जाब विचारतात आणि आम्हीही केलेला खर्च कसा बरोबर आहे हे त्यांना ठासून सांगतो. मग मतभेद होतात; पण मनभेद मात्र कधीही झाले नाहीत– कारण आमच्या अगदी गरजेच्या वेळी नानांशिवाय दुसरं कुणीही मदतीला आलं नाही, हे आम्हाला माहिती आहे आणि मराठी दौलतीवर संकट येतं तेव्हा आमच्याशिवाय दुसरा तारणहार नाही, हे नानाही जाणतात!

म्हणून तर आज आम्ही पुण्याकडे निघालो आहोत..."

* * *

महादजी शिंदे पुण्यात यायला निघाले आणि भाऊंचा तोतयाही पुण्याच्या दिशेनं निघाला, त्यावेळी पुण्यात विचित्र परिस्थिती उत्पन्न झाली होती...

...एका शिवरात्रीला नाना फडणीस मेणवलीला गेले असताना, मोरोबांनी औरंगाबादला गारद्यांची फौज गोळा केली व पुण्याकडे पाठविली. नानांना जेव्हा याची खबर मिळाली, तेव्हा पुरंदरला निरोप पाठवून त्यांनी तेथील फौज या फौजेशी झुंजायला पाठवली. घोडनदीजवळ दोन्ही फौजा समोरासमोर

आल्या आणि पुरंदरच्या फौजेने गारद्यांचा जोरदार पराभव केला– यात पकडलेले जे कैदी होते त्यांनी या बंडामागे मोरोबादादा असल्याचं कबूल केलं. काहींनी बापूंचंही नाव घेतलं.

पण गंमत अशी होती की, नाना पेशव्यांच्या आश्रयाला– म्हणजे पुरंदरला गेले असल्याने मोरोबा पुण्यात परत आले व पुणे मोरोबा गटाच्या ताब्यात आले.

याच वेळी भाऊंचा तोतया कोकणातून बोरघाटमार्गे पुण्याला यायला निघाल्याने नानांनी भिवराव पानशांना निवडक फौजेनिशी त्याला अडवायला पाठवले.

–मात्र, हा तोतया नसून खरंच सदाशिवरावभाऊ असतील या आशेने पार्वतीकाकू शनिवारवाड्यात जाऊन राहिल्या...

* * *

महाराष्ट्रात आलेल्या महादजी शिंद्यांच्या सैन्याची छावणी पुरंदर किल्ल्याच्या पायथ्याशी पडली. हजारो सैनिकांचं पायदळ, हजार-बाराशे हत्ती, पाचशे उंट, भलं थोरलं घोडदळ आणि सुसज्ज तोफखाना असं त्या छावणीचं वैभव पाहून स्वराज्यावर प्रेम-निष्ठा असणारे भारावून गेले, तर शत्रूंना धडकी भरली! शिंद्यांच्या जवळच होळकरांची छावणी होती आणि पुण्यात परतलेल्या हरिपंत फडक्यांच्या हुजुरातीच्या फौजेचीही छावणी होती. जवळजवळ पाऊण लाखांची ती फौज मराठेशाहीचं बळ दाखवत होती. महादजी आल्याआल्या पुरंदरावर बाल पेशव्यांच्या भेटीला गेले.

* * *

पुरंदर किल्ल्याच्या दिल्ली दरवाजात पोहोचल्यावर महादजी शिंद्यांचा उत्साह वाढला. पालखीतून खाली उतरून थोडंसं लंगडत लंगडत त्यांनी चालायला सुरुवात केली. पुरंदरेश्वर व केदारेश्वर मंदिरांचं मनोभावे दर्शन घेऊन ते बालेकिल्ल्याच्या

वाटेनं चालू लागले. मधूनच लांबवर दिसणाऱ्या रोहिडेश्वर-राजगड-तोरणा-सिंहगड आदी भागांकडे आणि खिंडीच्या पलीकडील वज्रगडाकडे दृष्टी जाताच, शिवरायांची आठवण होऊन त्यांचा ऊर भरून येत होता आणि आज शिवरायांचं हे स्वराज्य घरभेद्यांच्या कारवायांनी किती कमकुवत झालं होतं, याचं त्यांना वाईटही वाटत होतं...

...थोड्याच वेळात, ते बाल पेशव्यांचं निवासस्थान असलेल्या चौसोपी वाड्यात पोहोचले.

"यावं, यावं पाटीलबाबा..." जेमतेम सतरा-अठरा वर्षांच्या गंगाबाईंचे, आपुलकीनं केलेल्या स्वागताचे शब्द ऐकून, महादजींना श्रमपरिहार झाल्यासारखं वाटलं.

शालीन, सोज्वळ दिसणाऱ्या; पांढऱ्या वस्त्रांतील कोमेजलेल्या गंगाबाई एका साध्या आसनावर बसल्या होत्या. त्यांच्या शेजारी एका छोट्या आसनावर जेमतेम तीन वर्षांचे सवाई माधवराव पेशवे बसले होते. बालमुखावर कृष्णासारखा गोडवा, निष्पापपणा आणि किंचित गांभीर्याचीही झाक होती. श्रीमंतांच्या पलीकडे नाना फडणीस उभे होते.

महादजींनी काही न बोलता, आपली तलवार काढून पेशव्यांच्या पायांपाशी ठेवली आणि कमरेत वाकून निष्ठापूर्वक मुजरा केला. नानांनी पेशव्यांना सांगितल्यावर छोट्याशा हातांनी त्यांनी तलवारीला स्पर्श केला. मग नानांनी तलवार महादजींकडे परत दिल्यावर, त्यांनी ती मस्तकाला लावून पुन्हा कमरेला बांधली.

नानांच्या पलीकडील आसनावर महादजी अदबीनं बसले.

"पाटीलबाबा, स्वराज्यावर काय संकटं आली आहेत, त्याची तुम्हाला कल्पना आहेच. आम्ही आपल्याला एवढंच सांगतो की, बाल पेशव्यांच्या सुरक्षिततेची आणि राज्याची घडी पुन्हा नीट बसविण्याची जबाबदारी आता नानांप्रमाणेच

तुमच्याही खांद्यावर आहे...'' गंगाबाई गंभीरपणे म्हणाल्या.

''मातुश्रींनी काळजी करू नये. जिवात जीव असेपर्यंत हा महादजी स्वराज्याच्या व पेशव्यांच्या हिताचंच रक्षण करेल...'' महादजी उत्तरले.

''आमची तुमच्याकडून हीच अपेक्षा होती. नाना तुम्हाला सारं सांगतीलच; पण क्रूरकर्मा दादासाहेब– मोरोबा आणि टोपीकर इंग्रज यांची युती कठोरपणानं तुम्हाला मोडून काढावी लागेल. तसेच भाऊंचा तोतया पुण्याच्या मार्गावर आहे; त्याचाही बंदोबस्त करावा लागेल.''

''मातुश्री, आपण निश्चिंत असावं. या क्षणापासून मी याच कामाला लागणार आहे...''

गंगाबाईंनी सुटकेचा निःश्वास टाकला. ''ठीक आहे. नाना, पाटीलबाबांना आता निरोपाचे विडे द्यावे...'' त्या म्हणाल्या.

* * *

पेशव्यांच्या भेटीनंतर नाना महादजींना खलबतखान्यात घेऊन गेले– बऱ्याच काळानंतर आज त्यांची समोरासमोर भेट होत होती. पुलाखालून बरंच पाणी वाहून गेलं होतं.

सबंध दगडी घडणीचा तो खलबतखाना थोडा कोंदट असल्यानं हवा व प्रकाश येण्यासाठी त्याला एक छोटंसं गवाक्ष ठेवलं होतं. त्या गवाक्षाजवळच असलेल्या दोन चौरंगावर ते दोघे बसले.

नानांना पाहून महादजींच्या चर्येवर प्रसन्न स्मित उमटले आणि सतत तणावाखाली असलेले, क्वचितच हसणारे नाना फडणीसही थोडं सैलावून हसले.

''पाटीलबाबा, उत्तरेकडे मर्दुमकी गाजवून तुम्ही मराठी दौलतीला नव्या उंचीवर पोहोचवलं खरं; पण सतत मोहिमांच्या दगदगीमुळे चेहरा थोडा काळवंडल्यासारखा वाटतो–'' नाना म्हणाले.

“आणि थोरल्या माधवरावांच्या मृत्यूनंतर ज्या काही दुःखद घटना घडल्या, सतत डावपेचांचा ताण पडला; त्यामुळे तुमचीही प्रकृती थोडी घसरल्यासारखी दिसतेय.” महादजी म्हणाले.

“पाटीलबाबा, उत्तरेकडील मराठी दौलतीची बाजू तुम्ही समर्थपणे सांभाळता आहात, याची जाणीव असल्याने महाराष्ट्रात तुम्हाला परत बोलावण्यास मी तयार नव्हतो; पण दादासाहेब, मोरोबा, हा भाऊंचा तोतया आणि टोपीकर इंग्रज यांचं असं काही ग्रहण मराठेशाहीला लागलं आहे की, मुत्सद्देगिरीच्या जोडीला समर्थ समशेर असेल तरच हे ग्रहण सुटेल याची जाणीव झाली– ही समर्थ समशेर म्हणजे तुम्ही आहात! आता तुम्ही व मी सर्व शक्तीनिशी शत्रूशी अन् घरभेद्यांशी मुकाबला केला नाही, तर हिंदवी स्वराज्य कोलमडायला वेळ लागणार नाही! आणि अशातच बाल पेशवे थोडेफार जाणते व्हायला अजून वेळ आहे...”

“नाना, या सगळ्या बाबींची मला जाणीव आहे आणि मी सर्वांविरुद्ध तातडीनं पावलं उचलणार आहे– कुणाचं पारिपत्य आधी करावं असं तुम्हाला वाटतं?”

“पाटीलबाबा, तोतयाकडे सगळ्यांत आधी लक्ष पुरवावं लागेल– तो पुण्यात आला की मोरोबा, दादासाहेब आणि इंग्रज यांच्या पाठबळामुळे त्याला आवरणं मुश्कील होऊन बसेल. शिवाय पार्वतीकाकूही पुण्यात त्याच्याकडे डोळे लावून बसल्या आहेत; त्यामुळे बाब नाजूक झाली आहे.”

“पण नाना, मला एक सांगा, हा नक्की तोतयाच आहे कशावरून?”

“पाटीलबाबा, तुम्हाला आठवत असेल की, थोरल्या माधवरावांच्या काळात सदाशिवरावभाऊंचा तोतया प्रथम अवतरला; पण पेशव्यांनी सारी चौकशी केल्यावर हा सुखलाल नावाचा कनौजी ब्राह्मण आहे हे सिद्ध करून त्याला रत्नांग्रीच्या

तुरुंगात कैदेत ठेवलं. आजची राजकीयदृष्ट्या अस्थिर परिस्थिती पाहून काहीजणांनी त्याला तेथून सोडवलं. पुन्हा 'भाऊ' बनून तो पुण्याला यायला निघाला आहे! नारो शंकर, अनुताई घोरपडे, परांजपे मामलेदार ही बडी मंडळी त्याच्या भजनी लागली आहेत– आणि दादासाहेब व टोपीकर इंग्रज यांच्या हाती तर हे कोलीतच मिळाल्याने त्यांचाही त्याला पाठिंबा आहे.

''पण तुम्ही जाणता की, पानिपतच्या युद्धात आपण दोघेही हजर होतो, अन् भाऊसाहेब जिवंत असण्याची सुतराम शक्यता नाही, असं माझं मत आहे...''

''नाना, मीसुद्धा फक्त वीस-पंचवीस सैनिक बरोबर असलेल्या भाऊंना हजारो गिलच्यांनी घेरलेलं पाहिलं आहे! भाऊसाहेब जिवंत असणं अशक्य आहे!'' महादजींनी दुजोरा दिला.

''शिवाय माझ्या हेरांनी बातमी आणली आहे की, हा सुखलाल गुपचूप मोडी लिपी शिकतो आहे. भाऊसाहेबांचं प्राकृत, मोडी यावर इतकं प्रभुत्व होतं की, त्यांना मोडी शिकण्याची काय गरज? तेव्हा हे सारे थोतांड आहे! पण तरीही जगासमोर पुन्हा एकदा आपल्याला हे सिद्ध करावं लागेल. पार्वतीबाईंनाही ते नि:संशय पटवावं लागेल...''

''नाना, त्याचा मी बरोबर समाचार घेतो आणि मोरोबांबद्दल तुमचं काय म्हणणं आहे?''

''मोरोबा हे आमचे चुलतभाऊ आहेत, हे सांगायलाही लाज वाटते! मोरोबा माझा मन:पूर्वक द्वेष करतात; पण त्याहीपेक्षा पेशवाईचा प्रमुख कारभारी बनून पडद्याआडून सत्ता उपभोगावी अशी लालसा त्यांच्या मनी आहे. त्यासाठी साक्षात रामशास्त्र्यांनी दोषी ठरवलेल्या दादासाहेबांशी आणि इंग्रज वकील मॉस्टिनशी त्यांनी संधान बांधलं आहे. मला कैदेत टाकून मग गंगामातोश्री व बाल पेशव्यांचा ताबा घ्यायचा असाही त्यांचा डाव होता;

पण मी तो उधळून लावला आणि आणखी एक गोष्ट तुम्हाला आवडणार नाही...''

''कोणती गोष्ट?''

''नुकतीच त्यांनी छत्रपतींकडे एक शिफारस केली होती की, महादजींऐवजी मानाजी फाकड्यांना शिंदेशाहीची वस्त्रं द्यावीत!''

हे ऐकून महादजी करमणूक झाल्यासारखे हसले.

''अरे वा! मोरोबादादांचे मनसुबे भलतेच वाढलेले दिसतात! त्यांना त्यांची योग्य ती जागा दाखवण्याची वेळ आली आहे असं वाटतं.'' ते म्हणाले.

''आणि पाटीलबाबा, आपला सर्वांत मोठा शत्रू म्हणजे टोपीकर इंग्रज! वरून बोलायला मोठे गोड; पण पोटात खोड असा प्रकार आहे! मराठ्यांना नमवून हिंदुस्थान ताब्यात घेण्याची स्वप्नं त्यांना पडू लागली आहेत.''

''नाना, त्यांची स्वप्नं आपण धुळीला मिळवू. व्यर्थ चिंता नको.'' पाटीलबाबा भेटीचा समारोप करत म्हणाले.

* * *

तोतयाच्या बंडाचा पहिल्यांदा बीमोड करायचा, असं मनाशी योजून महादजी शिंदे पुरंदरावरून खाली उतरले खरे; पण छावणीत परतताच चिंतो विठ्ठल, बजाबा पुरंदरे, विसाजीपंत बिनीवाले, बारामतीकर इत्यादि सहकाऱ्यांना बरोबर घेऊन मोरोबा फडणीस आपल्या भेटीस आले आहेत असं त्यांना दिसलं.

''बसा मोरोबा, बसा मंडळी; काय खबरबात?'' महादजी म्हणाले.

सर्व मंडळी स्थानापन्न झाल्यावर मोरोबा म्हणाले, ''पाटीलबाबा, उत्तरेतून आल्यावर जरा विश्रांती घ्यायची! आल्यावर लगेच धावपळ सुरू केलीत...''

''आल्या आल्या प्रथम बाल पेशव्यांना मुजरा करून आलो

आणि नानांनाही निवांतपणे भेटलो. शेवटी श्रीमंतांच्या कृपेमुळे सर्व चाललं आहे...''

''नाही, श्रीमंतांना भेटण्याबद्दल काही प्रश्नच नाही; पण त्या नानांचं महत्त्व आता नष्ट झालं पाहिजे. ही कोणीच मंडळी आता त्याचं एकट्याचं वर्चस्व मानायला तयार नाहीत.''

''अस्सं? मग नानांना काढून कुणाला नेमायचं?''

''तसे बापू आहेतच; पण दादासाहेब, पार्वतीकाकू आणि ही मंडळी सर्वांनाच आम्ही पेशवाईचे मुख्य कारभारी व्हावं असं वाटतं आहे. शेवटी नानापेक्षा आम्ही ज्येष्ठ आहोत...'' मोरोबा आढ्यतेने म्हणाले.

''असं पाहा मोरोबा– राघोबादादांना मराठी दौलतीच्या न्यायाधीशांनी खुनाचा सूत्रधार ठरवून देहान्त शासनाची शिक्षा ठोठावली आहे. अशा माणसाला आम्ही धनी मानत नाही! पार्वतीकाकू स्वत:च्या दु:खात इतक्या चूर आहेत की, त्यांना सारासार विचार उरला नाही. त्यांच्यावर दडपण आणून कुणीही त्यांचा पाठिंबा मिळवू शकतं तसेच नागपूरकर भोसले– हरिपंत फडके– रास्ते– पटवर्धन आणि शिंदे– होळकर यांच्या प्रचंड संयुक्त फौजांपुढे तुमच्याबरोबर आलेल्या या मंडळींची ताकद ती केवढी?

''शिवाय नानांमध्ये काही दोष असतीलही; मागे आमचे व त्यांचेही काही प्रसंगी मतभेद झाले, पुढेही होतील; पण नाना दिवस-रात्र मराठेशाहीच्या हिताचा विचार करून त्यासाठी डावपेच खेळतात; तर तुम्ही मंडळी फक्त स्वार्थासाठी आणि सत्तेसाठी कारस्थानं करता!'' महादजी रोखठोकपणे म्हणाले.

''म्हणजे माझ्या नावाला आपला पाठिंबा नाही– इंग्रज बहाद्दूरसुद्धा मला अनुकूल आहेत...'' मोरोबा आपलं घोडं पुढे दामटत म्हणाले.

''मोरोबा, इंग्रज या देशाचे शत्रू आहेत! शिवरायांनीसुद्धा

टोपीकर इंग्रजांपासून कायम सावध राहा, असा इशारा फार पूर्वीच दिला होता– तेव्हा इंग्रजांच्या पाठिंब्याला आमच्या लेखी काही किंमत नाही! आणि खरं सांगू का, तुमचे सर्व अनुकूल ग्रह त्या क्षणी प्रतिकूल झाले, ज्या क्षणी शिंदेशाहीची वस्त्रं तुम्ही आमच्याकडून काढून घेऊन मानाजींना द्यायचं कारस्थान रचलं– आणि आज मोठ्या मानभावीपणानं आमचा पाठिंबाही तुम्ही मागता आहात?'' महादजी उसळून म्हणाले.

''पाटीलबुवा, त्या नानानं तुमचा गैरसमज करून दिलाय्. तो नाना...''

''मोरोबा, तुमचं बोलणं ऐकून आमचे कान किटले. कोण आहे रे तिकडे?''

क्षणात पंधरा-वीस हत्यारबंद शिपाई मोरोबा आणि मंडळींना घेरून उभे राहिले.

''कैद करा या मोरोबांना आणि त्यांची नगरच्या किल्ल्यात कैदी म्हणून आजन्म रवानगी करा! या बजाबा पुरंदरे, चिंतो विठ्ठल, नारो गणेश, बारामतीकर इत्यादि मंडळींना डोंगरीच्या किल्ल्यावर कैदेत टाका! धायगुड्यांची रवानगी मिरजेच्या किल्ल्यात कैदी म्हणून करा! आणि विसाजीपंतांचा सरंजाम जप्त करा! या साऱ्या गोष्टींची माहिती नाना, तुकोजीराव होळकर, हरिपंत आणि सातारदरबारीही जाऊ द्या...''

''पाटीलबाबा, हे सारं करण्याचा अधिकार तुम्हाला कुणी दिला?'' मोरोबांनी उसना आव आणून विचारलं.

''मोरोबा, सिंहाला सशानं प्रतिप्रश्न करायचा नसतो!!'' महादजी आसनावरून उठत म्हणाले.

* * *

महादजींनी केलेल्या कडक कारवाईमुळे जशी महाराष्ट्रात सर्वत्र खळबळ उडाली, त्याचप्रमाणे अराजक माजल्यासारखी जी स्थिती उत्पन्न झाली होती तिला चांगलाच पायबंद बसला.

मराठी मुलखातील सर्वसामान्य माणूस शांतता प्रस्थापित झाल्याने सुखावला. बंडाळीचं आणि अस्थिरतेचं वातावरण संपून नित्याचे व्यवहार, व्यापारउदीम पुन्हा सुरू झाले. नाना व महादजी या युतीला लोक दुवा देऊ लागले.

मात्र, या साऱ्यांमुळे अस्वस्थ होऊन इंग्रज वकील मॉस्टिन मुंबईकरांशी चर्चेसाठी तातडीने रवाना झाला. राघोबादादांना आता वालीच उरला नसल्यानं सुरतेतून ते थेट मुंबईकर इंग्रजांच्या आश्रयाला गेले, तर सखारामबापू बोकील पुरते गोंधळून गेले...

* * *

इकडे सुखलाल कोकणात थैमान घातल्यानंतर पंधरा-वीस हजार फौजेनिशी खंडाळ्याच्या मार्गे राजमाचीपाशी येऊन दाखल झाला. त्याने तेथे तंबू ठोकला. आपल्याला मिळणाऱ्या वाढत्या प्रतिसादामुळे लवकरच आपण सदाशिवरावभाऊ बनून पेशवाईची वस्त्रं मिळवू अशी स्वप्नं तो पाहू लागला...

...पण त्याच्या दुर्दैवानं त्याच्यावर महादजींची नजर खिळली होती.

एक दिवस झुंजूमुंजू होतानाच 'भाऊं'च्या छावणीवर महादजींची निवडक पथकं आणि पानशांचा तोफखाना यांनी भयंकर हल्ला चढवला! या अनपेक्षित हल्ल्यामुळे सुखलालने 'जमवलेल्या' सैन्याची दाणादाण उडाली! खुद्द सुखलाल घाट उतरून बेलापूरच्या दिशेने पळत सुटला, तेथे एका गलबतात बसून मुंबईच्या दिशेने पळण्याचा त्याचा प्रयत्न होता– पण महादजींनी समुद्रात पिंजरा लावून ठेवलेलाच होता! सुखलालच्या गलबताला रघुजी आंग्र्यांच्या नौदलानं घेरलं आणि त्याला कैद केलं!! रघुजींनी त्याला महादजींच्या ताब्यात दिलं आणि ही सर्व 'वरात' पुण्याच्या दिशेने निघाली...

* * *

पुण्यात आणल्यावर तातडीनं सुखलालची चौकशी सुरू झाली.

मुख्य न्यायाधीश रामशास्त्री, हरिपंत फडके, महादजी, नाना, बापू आणि इतर वीस-पंचवीस पंचमंडळी तर हजर होतीच; पण पार्वतीकाकूही डोळ्यांत प्राण आणून पडद्याआड बसल्या होत्या...

...थोडा वेळ सुखलालनं भाऊसाहेबांच्या व्यक्तिमत्त्वाचं उत्तम नाटक केलं– भाऊसाहेबांसारखं ताठ मानेनं चालणं, त्यांच्यासारखाच खर्जातला आवाज काढणं, सर्वांवरून भेदक नजर फिरवणं हे त्यानं बरोबर जमवलं. त्यानं काही मंडळी फसलीसुद्धा; पण एकदा प्रश्नोत्तरांना सुरुवात झाली अन् त्याचं पितळ उघडं पडलं.

"भाऊसाहेब, आपण जेव्हा अब्दालीच्या फौजेवर शेवटचा एल्गार केला, तेव्हा विश्वासराव आपल्या कुठल्या अंगाला होते?" हरिपंतांनी विचारलं.

"एवढ्या मोठ्या रणधुमाळीतील कुणाचं स्थान, काय आठवणार?" सुखलालनं त्यांनाच विचारलं.

"भाऊसाहेब, मी शेवटपर्यंत तुमच्याबरोबर उभा होतो. आपण मला काय म्हणालात?" नानांनी विचारलं.

"दुसरं काय म्हणणार– पार्वतीची काळजी घे म्हणालो."

हे ऐकून नाना मनातल्या मनात हसले.

कारण तो प्रसंग त्यांच्या मनावर चांगलाच कोरला गेला होता. "तू आता इथं उभं न राहता लवकरात लवकर सुरक्षित स्थळी जा." हे भाऊसाहेबांचे उद्‌गार होते! पार्वतीबाईंविषयी ते काही बोललेच नव्हते.

आता रामशास्त्री पुढे सरसावले, "शेवटच्या दिवशी छावणीतून आपण युद्धास निघाला तेव्हा पार्वतीकाकूंनी आपल्याला ओवाळलं. ओवाळता ओवाळता जवळ लपवलेली

वस्तू त्यांच्या हातून खाली पडली. कोणती वस्तू होती ती?''

''निरांजन...'' सुखलाल अंदाजानं बोलला; पण रामशास्त्री व इतर लोक समजायचं ते समजले– कारण पार्वतीबाईंनी स्वसंरक्षणार्थ लपवलेला खंजीर होता तो! निरांजन लपवायला त्या चोर थोड्याच होत्या?

''भाऊसाहेब, शनिवारवाडा तर आपणास पाठच असेल.'' बापू म्हणाले.

''अर्थात् !'' सुखलाल आत्मविश्वासानं म्हणाला– शनिवारवाड्याच्या आतील रचना, कारंजी, बागा, गणेश रंगमहाल, निवासस्थानं, शयनगृहं यांची माहिती त्यानं पाठ केलेलीच होती.

''मग शनिवारवाड्याला किती दरवाजे आहेत आणि त्यांची नावे काय आहेत, ते जरा सांगावं.''

''आम्ही वीरपुरुष आहोत! कायम दिल्ली दरवाजानं ये-जा करायचो! इतर दरवाजांची नावं लक्षात ठेवण्याची आम्हाला कधी गरज भासली नाही.'' सुखलालनं मोठ्या ऐटीत उत्तर दिलं.

हे ऐकून बापूंसह सगळ्यांचीच निराशा झाली. ही माहिती तर प्रत्येक पुणेकर माणसाला पाठ होती.

शेवटी नाना म्हणाले, ''काकू, तुम्ही एखादा महत्त्वाचा प्रश्न विचारला तर बरं होईल...''

पार्वतीबाई या क्षणाची वाटच पाहत होत्या. हा माणूस म्हणजे भाऊसाहेब नव्हे हे एव्हाना त्यांनीही ताडलं होतं; पण स्वत:चं प्राणप्रिय माणूस परत भेटणार नाही ही वस्तुस्थिती स्वीकारायला त्यांचं अंत:करण अजूनही तयार नव्हतं. शरीर आणि मन अजूनही भाऊसाहेबांच्या भेटीसाठी रात्रंदिवस तळमळत होतं; त्यामुळे आता एखादा खासगी प्रश्न विचारून या प्रकरणाचा सोक्षमोक्ष लावण्याची वेळ आली आहे, असं त्यांनी ठरवलं.

“मी आपणाला एक फक्त तुम्हाला आणि मला माहिती आहे अशी गोष्ट विचारली तर चालेल का...” थरथरत्या आवाजात पार्वतीबाई म्हणाल्या.

“स्वतःच्या कुटुंबाला भेटण्याची तहान लागलेल्याला हा काय प्रश्न झाला?”

“पानिपतच्या लढाईवर जाण्यापूर्वी आपण दोघं रात्रीच्या समयी समईच्या प्रकाशात बुद्धिबळ खेळत होतो; पण अचानक समईतील तेल संपून ती शांत व्हायला आली. त्यावेळेस आपण काय केलं?” हा प्रश्न सुखलालला अनपेक्षित होता; पण प्रसंगावधान राखून तो म्हणाला, “पार्वती, खेळ थांबवून अर्थातच आपण शयनगृहात गेलो...”

“साफ खोटं! कारण भाऊसाहेबांनी रंगलेला डाव थांबायला नको म्हणून कुपीतील अत्तर ओतून दीप पाजळले. आमचा खेळ पुन्हा सुरू झाला...

“...तेव्हा तू भाऊसाहेब नव्हेस! तू तोतया आहेस तोतया! नाना, महादजी याला कडक शिक्षा करा...” असं म्हणून मान खाली घालून पार्वतीबाई रडतच तेथून निघून गेल्या.

– या प्रसंगानं सगळ्यांनाच वाईट वाटलं.

“बापू, नाना, पाटीलबाबा, सर्वच पंचांनी हा तोतया आहे असा अभिप्राय दिला आहे! एकाही प्रश्नाचं हा धड उत्तर देऊ शकला नाही.” रामशास्त्री म्हणाले.

हे ऐकून नानांनी बापूंकडे न पाहता महादजींकडे पाहिलं. लगेच महादजी पुढे होऊन रामशास्त्रींना म्हणाले, “शास्त्रीबुवा, हा सुखलाल नावाचा तोतयाच आहे, हे आधीही सिद्ध झालं होतं; आज पुन्हा सिद्ध झालं! अशा प्रकारचे प्रसंग छत्रपतींच्या राज्यात पुन्हा घडू नयेत म्हणून पुण्यातील सर्व पेठांतून याची गाढवावरून धिंड काढण्यात येईल व त्यानंतर मेखसूने मस्तक ठेचून याला मारण्यात येईल!”

महादजींचं बोलणं ऐकून, भाऊंच्या तोतयानं महादजींच्या पायांवर लोळण घेतली.

''माझ्यावर दया करा– कारण मी कनौजी ब्राह्मण आहे...''

''कदापि नाही– कारण तू नुसता मराठेशाहीचाच घात केला नाहीस, तर तू एका पतिव्रतेचा अंत पाहिलास! आज चुकूनसुद्धा तू जिंकतास तर एका साध्वीच्या वर्षानुवर्षं जपलेल्या पावित्र्याचा नाश झाला असता! म्हणून तुला देहान्त शासनच योग्य आहे!''

''कोण आहे रे तिकडे? जा– प्रथम याला आसुडाचे पन्नास फटके मारा आणि मगच याची शिक्षा अमलात आणा...''

महादजींच्या या रुद्रावतारानं सर्वच लोक स्तंभित झाले...

मोरोबा व तोतया या प्रकरणांचा निकाल लावल्यावर थोडीशी उसंत मिळेल, अशी नानांची अपेक्षा होती; पण एक दिवस पुरंदर किल्ल्यावरून तातडीचा सांगावा आला की, गंगाबाई तापानं फणफणल्या असून, ताप उतरण्याचं कोणतंही लक्षण नाही...

...राजवैद्यांना घेऊन नाना, पुरुषोत्तम दाजी पटवर्धन आणि पार्वतीकाकू तातडीनं पुरंदरकडे रवाना झाले. तेथे पोहोचल्या पोहोचल्या साध्या वैद्यांना हटवून राजवैद्यांच्या औषधोपचारांना सुरुवात झाली. औषधं-काढे-चूर्ण यांचा मारा सुरू झाला. गंगाबाईंच्या माहेरच्या साठे मंडळींनाही बोलावून घेण्यात आलं.

– पण तिसऱ्या-चौथ्या दिवशी गंगाबाईंची अवस्था गंभीर बनली– औषधोपचारांना प्रतिसाद मिळेना. हे कळल्यावर महादजी शिंदेही गडावर दाखल झाले. फक्त तीन-साडेतीन वर्षांच्या सवाई माधवरावांना या परिस्थितीचा पत्ता असणं शक्यच नव्हतं. त्यांच्या बाललीला आपल्या चालूच होत्या. जमलेल्या सगळ्यांना त्यांच्याकडे पाहून वाईट वाटत होतं...

* * *

आणि पाचव्या दिवशी रात्री राजवैद्यांनी नानांना रुग्णाच्या

खोलीत बोलावलं. नानांबरोबर महादजीही होते.

– नानांनी खोलीत प्रवेश केला. मंचकावर झोपलेल्या गंगाबाईंच्या जवळ पार्वतीकाकू, साठेकाकू, नानांचं कुटुंब– अन्नपूर्णाबाई, राघोबांच्या कन्या– दुर्गाबाई बसल्या होत्या. दासीवर्ग होता. पुरुषोत्तम दाजी गंभीर चेहऱ्यानं बसले होते.

"नाना, पाटीलबुवा, आम्ही प्रयत्नांची शर्थ केली– पण ज्वर हटण्याचं नाव नाही. आता सर्व गोष्टी परमेश्वराधीन आहेत! त्यांची मूळ प्रकृतीही तशी नाजूकच असल्याने आता फारसा अवधी उरला असेल असं वाटत नाही." राजवैद्य हळूच म्हणाले.

"ठीक आहे. समजलो." असं म्हणून नाना महादजींसह बाहेर जाणार एवढ्यात गंगाबाई प्रयासानं डोळे उघडून काही खुणा करत आहेत असं सगळ्यांच्या लक्षात आलं.

पार्वतीकाकूंनी त्यांना काय म्हणायचं आहे असं विचारलं.

आपल्या अशक्त हातांनी खुणा करत गंगाबाईंनी नाना आणि महादजींकडे बोट केलं.

इतर कुणाच्या नाही तरी त्या खुणांचा अर्थ नाना व महादजींच्या लगेच लक्षात आला.

गंगाबाईंसमोर हात जोडून उभं राहत महादजी हळुवारपणे म्हणाले, "मातोश्रींनी बाल पेशव्यांची काळजी करू नये. नानांचं व आमचं त्यांच्यावर कायम लक्ष राहील असं आज वचन देतो..."

महादजींचे हे शब्द ऐकल्यावर त्या अवस्थेतही गंगाबाईंनी किंचित हसण्याचा प्रयत्न केला– पण लगेचच त्यांचा हात खाली पडला, शुद्ध गेली व चेहरा बाजूला कलला... थोड्याच वेळात त्या खोलीत रडण्यानं आकान्त झाला...

...डोळे पुसत पुसत नाना, महादजी व पुरुषोत्तम दाजी खोलीबाहेर आले.

* * *

गंगाबाईंच्या मृत्यूची बातमी पुण्यात समजली आणि सर्व पुणेकरांना हळहळ वाटली. तीन-साडेतीन वर्षांचा बाल पेशवा पूर्णपणे पोरका झाला होता– यातील बरीचशी परिस्थिती त्याचे आजी-आजोबा म्हणावे अशा आनंदीबाई– राघोबांमुळे उत्पन्न झाली होती. शिवाय आपल्या नातवाचा सांभाळ करण्यासाठीसुद्धा त्याची सख्खी आजी गोपिकाबाई पुण्याला यायला तयार नव्हती. अशा परिस्थितीत सवाई माधवरावांच्या संगोपनाची जबाबदारी पार्वतीकाकूंवर येऊन पडली व शिक्षण-संस्कार-राज्यकारभार या दृष्टीने त्यांचे पालकत्व नाना फडणीसांवर येऊन पडलं.

ही गोष्ट अर्थातच सोपी नव्हती; पण महादजींचा खंबीर पाठिंबा ही त्यांची जमेची बाजू होती...

◆

।। नऊ ।।

एकीकडे या घटना चालू असतानाच दुसरीकडे राघोबादादा समुद्रातून तारापूरमार्गे मुंबईत दाखल झाले. अख्ख्या जगात टोपीकर इंग्रज हाच त्यांना एकमेव आसरा उरला होता. अन्य कुठल्याही मार्गाने पेशवाई मिळवणं आता शक्य दिसत नव्हतं. टोपीकर इंग्रजांची कवायती फौज, त्यांचा अत्याधुनिक बलाढ्य तोफखाना आणि कलकत्ता- मद्रास- मुंबई व सुरत येथील व्यापारी वखारींतून मिळणारं आर्थिक पाठबळ या गोष्टी अजूनही राघोबांना पेशवाई मिळवून देऊ शकत होत्या- निदान त्यांचा तरी तसा समज होता!

– आणि राघोबा आपल्या आश्रयाला आले म्हटल्यावर, नुकताच पेशव्यांशी झालेला पुरंदरचा तह गुंडाळून ठेवण्याचा मोह इंग्रजांना आवरता आला नाही! तसं पाहिलं तर मराठ्यांच्या राज्यावर कब्जा करण्याची ही नामी संधी चालून आली होती- आणि हे पटवून देण्यात बॉम्बे प्रोव्हिन्सचा गव्हर्नर हॉर्नबी यशस्वी झाल्याने, वॉरन हेस्टिंग्जसुद्धा कलकत्त्याहून फौजा पाठवण्यास तयार झाला होता. कलकत्ता व मुंबई येथील फौजा एकत्र येऊन बोरघाटमार्गे पुण्यात आणायच्या, शनिवारवाड्याचा पाडाव करून राघोबांना पेशवेपदी बसवायचं असा हा सगळा डाव होता.

* * *

...त्या संध्याकाळी सूर्याचा लालभडक गोळा मुंबईच्या किनाऱ्यापासून पसरलेल्या अथांग समुद्रावर तरंगत होता. आकाशातील निरनिराळ्या आकाराच्या ढगांना नाना रंगांच्या किनारी प्राप्त झाल्या होत्या. दूरवर छोटी-मोठी गलबतं– नौका– गुराबे पाण्यावर तरंगत होती आणि संध्याछायेमुळे या दृश्याला एक वेगळंच गूढ, विलोभनीय परिमाण प्राप्त झालं होतं... आपल्या लवाजम्यासमवेत समुद्रकिनाऱ्यावर आलेले राघोबादादा मोठ्या खुशीनं हे दृश्य न्याहाळत होते.

आज दिवसभर झालेल्या वाटाघाटींत आपली बाजू इंग्रजांना पटवण्यात ते यशस्वी झाले होते. प्रत्यक्षात युद्ध सुरू झालं की, शिंदे-होळकरांसह अनेक मोहरे आपल्या बाजूला येतील, हा त्यांचा दावा ईगर्टन-हार्टले-कॉकबर्न-स्टुअर्ट या लष्करी अधिकाऱ्यांनीच काय पण स्वत: गव्हर्नर हॉर्नबीनंही मान्य केला होता आणि एकदा नाना फडणीस एकटा पडला म्हणजे काय करेल– पुरंदरावर पेशव्यांपाशी जाऊन लपून बसेल! म्हणजे पुणं ताब्यात यायला वेळ लागायचा नाही...

...राघोबा व इंग्रज यांचे मनोरथ असे चौखूर उधळले होते!

* * *

वॉरन हेस्टिंग्जनं मुंबईकरांच्या मदतीसाठी पाठवलेल्या फौजेची आगेकूच सुरू झाली. प्रथम माळव्यातून या फौजा पुढे सरकू लागल्या– पण महादजी व नानांनी आधीच सावध करून ठेवलेल्या छोट्या मराठी ठाण्यांवरच्या मावळ्यांनी गनिमीकाव्यांनी छापे टाकत त्यांना त्रस्त केलं! पुढे मार्ग बदलून वऱ्हाडातून येण्याचा त्यांनी प्रयत्न केला; पण नागपूरकर भोसल्यांनी मुद्दामच वाटाघाटींचं एवढं गुऱ्हाळ लावलं की, गोडार्डच्या या सैन्याची आगेकूच थांबलीच! कलकत्ताकरांच्या फौजा मुंबईकरांना वेळेत येऊन मिळू शकल्या नाहीत.

* * *

अखेर गव्हर्नर हॉर्नबीचा धीर सुटला. त्यानं असा निर्णय घेतला की, आता कलकत्त्याच्या फौजेची वाट न बघता, स्वबळावर पुण्याच्या दिशेनं कूच करायचं; त्यामुळेच ईगर्टनच्या नेतृत्वाखाली बॉम्बे प्रोव्हिन्सचं कवायती सैन्य अद्ययावत तोफखान्यानिशी निघालं. राघोबांचं सैन्य पिछाडीला ठेवून, आघाडी हार्टले, स्टुअर्ट आदी अधिकाऱ्यांनी सांभाळायची अशी योजना होती.

पनवेलपर्यंत नौकांमधून जाऊन तेथून, बोरघाटातून पुण्यापर्यंत जाण्याचा या फौजांचा इरादा होता...

* * *

टोपीकर इंग्रजांच्या फौजेनं मुंबईहून राघोबादादांना घेऊन प्रस्थान ठेवलं, ही बातमी पुण्यात येऊन धडकायच्या आधीच दुसरी एक भयंकर बातमी पुण्यात पोचली– सातारकर छत्रपती रामराजांचं आजारामुळे निधन झालं होतं...

...या संकटामुळे नाना फडणीस व महादजी चिंताग्रस्त झाले. कारण या घटनेच्या प्रतिक्रिया काय येऊ शकतील याचा त्यांना अंदाज होता.

फार पूर्वीपासून, म्हणजे ताराऊंच्या काळापासून– कोल्हापूर व सातारा गादींमध्ये संघर्ष होताच. साताऱ्याच्या गादीवर कुणी नाही म्हटल्यावर साताऱ्याची गादी ताब्यात घेण्याचा मोह करवीर दरबारला झाला असता. तसाच प्रकार नागपूरकर भोसल्यांचाही होता– अधूनमधून इंग्रजही त्यांना या कामी चिथवत होतेच. राघोबा व मुंबईकर इंग्रजांच्या हाती तर आयते कोलीतच मिळाले असते. छत्रपतीच नाहीत तर पुणेकर पेशव्यांना कोण विचारतो? आणि निजामही तूर्त गप्प असला तरी त्याचा विचार बदलण्यास वेळ लागला नसता.

– आणि सखारामबापू बोकिलांची 'तळ्यात–मळ्यात' अशी वृत्ती नाना जाणून होतेच! राघोबादादांच्या मदतीनं साताऱ्याच्या

गादीवर कुणी बसलं तर बापूंची निष्ठा बदलून ते सवाई माधवराव पेशव्यांच्या विरोधात गेले असते!

त्यामुळे धूर्त नानांनी त्वरेने हालचाल करून बापूंच्याच मदतीने 'धाकटे शाहूमहाराज' असं नामकरण करून, त्र्यंबकजीराजे बावीकर यांच्या मुलाला साताराच्या गादीवर बसवलं. नंतर तितक्याच त्वरेने या धाकट्या शाहू महाराजांकडूनही बाल पेशव्यांसाठी पेशवाईची वस्त्रं मिळविली...

...नाना फडणीसांच्या या झपाट्यानं मराठी दौलतीचे सर्व हितशत्रू चकित झाले!!

* * *

तो दिवस पुणेकर नागरिक कधीच विसरले नसते. कारण कित्येक वर्षांनी– बहुधा थोरले माधवराव पेशवे राक्षसभुवनच्या लढाईसाठी पुण्याबाहेर पडले, त्या दिवसानंतर पुण्याला युद्धभूमीचं स्वरूप प्राप्त झालं होतं. शिंदे-होळकर-हरिपंत फडके यांच्या फौजांचा प्रचंड तळ पुण्यात पडला होता. भिवराव पानसे यांचा तोफखानाही दाखल झाला होता. पुण्यात सगळीकडे हत्ती-घोडे-उंट व पायदळातील सैनिक दिसत होते. बैलगाड्यांवरून छोट्या तोफा तसेच हत्ती-उंटांच्या साहाय्याने मोठ्या तोफा ओढून नेल्या जात होत्या. या साऱ्या दृश्याच्या पार्श्वभूमीवर पुणेकर नागरिकांमध्ये पेशवे-इंग्रज यांच्या अटीतटीच्या संघर्षाविषयी भयमिश्रित कुतूहल दिसत होतं. ठिकठिकाणी गप्पांचे-चर्चांचे अड्डे रंगले होते...

...मध्यान्ह उलटून गेली, तशी शनिवारवाड्यातील सदरेवर बैठक सुरू झाली. मराठेशाहीचे सर्वांत ज्येष्ठ मुत्सद्दी आणि पेशव्यांचे मुख्य कारभारी म्हणून सखारामबापू बोकील मुख्य आसनावर स्थानापन्न झाले होते. त्यांच्या एका बाजूला नाना फडणीस तर दुसऱ्या बाजूला महादजी शिंदे व हरिपंत फडके बसले होते. समोर तुकोजीराव होळकर, पटवर्धन, रास्ते, आंग्रे,

तुळशीबागवाले, पानसे, मेहेंदळे, धुळूप इत्यादी निवडक सरदार बसले होते. काही अंतर राखून इतर मुत्सद्दीवर्ग, कारकून, लेखनिकांची सोय केली होती.

मोठ्या गंभीरपणे बैठकीची सुरुवात करीत बापू म्हणाले, "आजची ही बैठक कशासाठी बोलावण्यात आली आहे हे तुम्हा सर्वांना विदित आहेच. मुंबईकर इंग्रजांची मोठी फौज दादासाहेबांना बरोबर घेऊन पुण्याच्या दिशेने मार्गस्थ झाली आहे. पेशवेपदावरून श्रीमंत सवाई माधवरावांची हकालपट्टी करून, त्या जागी दादासाहेबांची स्थापना करणं हा त्यांचा वरवरचा उद्देश असला तरी सबंध हिंदुस्थानवर कंपनी सरकारची सत्ता स्थापण्याचा वॉरन हेस्टिंग्जसाहेबांचा हेतू लपून राहिलेला नाही. उत्तरेकडील मुघलांची सत्ता तसेच दक्षिणेतील निजाम, हैदर आदी सत्ता आता दुबळ्या बनल्या असल्याने फक्त आपलंच आव्हान त्यांना उरलं आहे. म्हणूनच सबंध हिंदुस्थानच्या रक्षणासाठी आपण इंग्रजांविरुद्ध मोहीम चालवणार आहोत. काय नाना, मी म्हणतो ते बरोबर आहे ना?"

"अर्थात! आणि पुण्यश्लोक अहिल्याबाईंनी म्हटल्याप्रमाणे इंग्रज हा अस्वलासारखा महाभयंकर शत्रू आहे– एकवेळ वाघ परवडला कारण तो मर्दाप्रमाणे समोरासमोर युद्ध करेल; पण अस्वल मोठ्या चिवटपणानं लढून, गुदगुल्या करून मारेल! म्हणून आपण सर्वांनी मिळून टोपीकर इंग्रजांना नेस्तनाबूत केलं पाहिजे." नाना म्हणाले.

"म्हणूनच या मोहिमेला तातडीनं सुरुवात करावी व समरधुरंधर महादजी शिंदे ऊर्फ पाटीलबाबा यांनी मराठी दौलतीच्या संयुक्त फौजेचं सेनापतीपद स्वीकारावं असं पेशव्यांच्या वतीनं मी सुचवतो..." बापू म्हणाले.

जमलेल्या सर्व सरदार, मानकऱ्यांनी टाळ्यांच्या गजरात या सूचनेचं स्वागत केलं आणि अनुमोदन दिलं.

महादजी शिंदे उभे राहिले. गळ्यातील रुद्राक्षमाळेला स्पर्श करून, आत्मविश्वासपूर्ण व खणखणीत आवाजात ते म्हणाले,

"बापू व नाना यांनी इंग्रजांवरील मोहिमेचा हेतू स्पष्ट केलाच आहे; त्यामुळे त्यावर मी अधिक भाष्य करण्याची जरुरी नाही. पुरंदरावर असलेल्या बाल पेशव्यांचं स्मरण करून, नम्रतापूर्वक मी या मोहिमेचं नेतृत्व स्वीकारतो.

"शनिवारवाड्याच्या या ऐतिहासिक वास्तूत उभं असल्यानं, या मोहिमेचे डावपेच काय असावेत याचा विचार करताना श्रीमंत थोरल्या बाजीरावसाहेबांची आठवण होणं अपरिहार्य होतं. विशेषत: पालखेडच्या लढाईत थोरल्या बाजीरावसाहेबांनी वापरलेल्या रणनीतीचा उपयोग आपल्याला इंग्रजांविरुद्ध होऊ शकेल असं वाटतं. पालखेडपर्यंत निजामाला युक्ती-प्रयुक्तीनं खेचून घेऊन नंतर चारी बाजूंनी त्याला मराठी सैन्यानं घेरलं आणि त्याची कोंडी करूनच शरण यायला लावलं, त्याची पुनरावृत्ती आपण करणार आहोत...

"...राघोबादादांच्या सैन्याला बरोबर घेऊन इंग्रज पनवेलपर्यंत जलमार्गे येतील. तेथून खोपोली-खंडाळा-लोणावळामार्गे बोरघाट चढून कार्ला-तळेगावमार्गे पुण्याला यायला निघतील. इंग्रज कितीही चिवट असले तरी सह्याद्री पर्वत ओलांडणं हे त्यांच्यासाठी किती दुस्तर काम आहे हे आपण सर्व जाणतो; जलचरांच्या देशातील या शत्रूला दुर्गम भागात लढण्याचा अजिबात अनुभव नाही!

"– अशा वेळेला गनिमीकाव्यानं आपण त्यांना त्रस्त करू.

"पनवेलपासूनच सतत आंग्रे-धुळूप यांच्या छोट्या छोट्या तुकड्या वारंवार शत्रूसैन्यावर छापे टाकतील. ते बोरघाट चढून येत असताना आमच्या सैनिकांच्या छोट्या तुकड्या त्यांच्यावर अधूनमधून तिखट हल्ले चढवतील; त्यांची झोप उडवतील. एकदा का घाटमाथा ओलांडून ते तळेगाव-कार्ला-मळवलीच्या भागाकडे निघाले की, पुढच्या बाजूनं होळकरांचं सैन्य व पानशांचा

तोफखाना त्यांच्यावर जोरदार हल्ला करेल तर पिछाडीवरून हरिपंत फडक्यांच्या फौजा त्यांना घेरतील– अशा परिस्थितीत वडगावपर्यंत त्यांना रेटत न्यायचं! त्यांची पार दमछाक करून टाकायची! काय तुकोजीराव कशी वाटते आमची योजना?''

''योजना सुंदरच आहे– पण त्यात एक दुरुस्ती सुचवतो. सुचवू का?'' तुकोजीराव होळकर मिशीला पीळ भरत उत्साहानं म्हणाले.

''बेशक!''

''या सर्व युद्धमार्गावरची खेडी आपण हलवायची. तेथील शेती-बागा उद्‌ध्वस्त करून जाळून टाकायच्या. पाणीसाठे विषमिश्रित करून टाकायचे...''

''काय म्हणता, आपणच आपल्या भागाची नुकसानी करायची?'' बापूंनी विचारलं. त्यांचा चेहरा पडला होता. ''होय! कोणत्याही प्रकारे रसद मिळू न देता इंग्रजांना अन्न-पाण्याअभावी आपण तडफडायला लावू शकतो. सततचे हल्ले व अन्नपाण्याचा अभाव यांनी त्रस्त होऊन ते शरण येतील! काय नाना?''

''तुकोजीराव, तुम्ही व पाटीलबाबा म्हणाल ते प्रमाण! आवश्यकता भासली तर पुण्याची वस्तीसुद्धा उठवून दुसरीकडे न्यायची माझी तयारी आहे! शेवटी शत्रूचा नि:पात हेच आपलं उद्दिष्ट असायला हवं– त्यासाठी थोडीफार हानी होणारच. त्याची मानसिक तयारी पाहिजे.'' नाना ठामपणे म्हणाले.

नाना-बापूंच्या शिक्कामोर्तबानंतर छोटे छोटे तपशील ठरून मोहिमेची आखणी झाली.

– थोड्याच वेळात उपस्थितांमधून सरबताच्या प्याल्यांची व पान-सुपारीची तबकं फिरू लागली व बैठक संपली...

* * *

पनवेलच्या समुद्रकिनाऱ्यावर उतरल्यावर इंग्रजांच्या फौजेमध्ये जो उत्साह होता, त्याचं वर्णन करणं अवघड आहे.

ईगर्टन, कार्नेक, हार्टले, स्टुअर्ट या साहेबबहाद्दुरांना आपलं कवायती सैन्य आणि लांब पल्ल्याच्या तोफा यांविषयी एवढा आत्मविश्वास होता की, बोलायची सोय नाही; त्यामुळे राघोबादादाही खूश होते. इंग्रजांच्या मदतीनं शनिवारवाड्याला आपले पाय लागणार, असं त्यांना वाटू लागलं होतं.

– आणि राघोबांनी आश्वासन दिल्याप्रमाणे मोरोबादादा मराठ्यांमध्ये फूट पाडून शिंदे– होळकरांना आपल्या बाजूला वळवणार अशी ईगर्टन साहेबांची खात्री होती. शिवाय कलकत्त्याहून वॉरन हेस्टिंग्जचं सैन्य वाटेत येऊन मिळणार होतंच.

या सर्व अंदाजांमुळे काही ठिकाणी बँड वाजवीत, काही ठिकाणी मद्याच्या मेजवान्या झोडत हे सैन्य मोठ्या जोशात खोपोलीच्या दिशेनं निघालं होतं...

* * *

पण जसंजसं इंग्रजांचं सैन्य बोरघाटातून मार्ग आक्रमू लागलं, तसतसं त्यांचं धैर्य खचत गेलं. मराठ्यांच्या गनिमीकाव्याच्या लढाईचा चांगलाच तिखट प्रत्यय त्यांना येऊ लागला. महादजींच्या निवडक पथकांनी मध्येच रात्रीबेरात्री येऊन छापे मारायला सुरुवात केली. काही कळायच्या आत कुठूनतरी, कडेकपारीतून रस्त्यावर येऊन कापाकाप करून, जबर नुकसान करून मराठी शिलेदार पळून जात! मध्येच कधीतरी डोंगरांवरून घरंगळणाऱ्या दगडांचा वर्षाव सुरू होई! मध्येच कुठे जळती फडकी बांधलेले बाण सामानसुमानाच्या गाड्यांवर येऊन पडत; त्यामुळे आगी लागत! कधी झाडीतून छोटे तोफगोळे येऊन पडत. या साऱ्या प्रकाराला तोंड देत लोणावळा-खंडाळ्यापर्यंत येईतो इंग्रजांच्या नाकीनऊ आले...

...शिवाय त्यांची रसद संपू लागली ते वेगळंच!... अन्नधान्याचा तुटवडा भासू लागला. त्यावरून सैन्यात कुरबुरी सुरू झाल्या. पुरेसं व चांगलं खायला मिळेना. त्यातच वाटेतील

छोटी पाण्याची तळी, डोह, झरे, बावी यामध्ये विष टाकून मराठ्यांनी त्या निरुपयोगी करून ठेवल्या होत्या. यामुळे इंग्रज सैन्याला कधी घाट ओलांडतो आणि आजूबाजूच्या गावांमधून-खेड्यापाड्यांमधून अन्नपाणी मिळवतो, असं झालं. प्रत्यक्ष युद्धाआधीच इंग्रज सैनिकांचं नीतिधैर्य खचलं...

* * *

महादजींच्या डावपेचांमुळे इंग्रज सैन्याचे कंबरडे असे ढिले झाले असले तरी एक इंग्रज अधिकारी मात्र मोठ्या धैर्यानं, चिवटपणानं मराठ्यांना तोंड देत होता. या तरुण अधिकाऱ्याचं नाव होतं स्टुअर्ट. त्याच्या नावाचा नीट उच्चार न करता येणाऱ्या मावळ्यांनी त्याच्या शौर्यावर खूश होऊन त्याला इष्टूर 'फाकडा' अशी मानाची पदवी दिली होती!

– पण एके दिवशी जंगलात लपून बसलेल्या तिरंदाजांनी अचूक नेमबाजी करून इष्टूर फाकड्याचाच शिरच्छेद केला!

स्टुअर्ट मारला जाणं हा इंग्रजांच्या वर्मी लागलेला घाव होता.

* * *

कसातरी घाटमाथा ओलांडून, इंग्रजांनी कार्ला-तळेगाव या परिसरात पाय ठेवला मात्र, ते हबकलेच!

कारण आजूबाजूची सगळी खेडी मराठी सैन्यानं स्थलांतरित केली होती. शेतामधली पिकं जाळून टाकली होती. विहिरींमध्ये विष टाकून पाणीसाठा दूषित केला होता.

शिवाय रसद मिळण्याची दुसरी शक्यताही नव्हती– वॉरन हेस्टिंग्जने पाठविलेली फौज महाराष्ट्रापर्यंत पोहोचू शकली नव्हती.

अन्नपाण्यावाचून आणि वाटेत होणाऱ्या गनिमी युद्धतंत्राच्या हल्ल्यांमुळे इंग्रजांची गाळण उडाली.

इंग्रजांच्या वाटचालीचे वृत्तान्त रोजच्या रोज महादजी शिंद्यांना मिळत होते, ते नाना फडणीसांनी विणलेल्या

हेरखात्याच्या विस्तृत जाळ्यामुळे! इंग्रज सैन्याचं नीतिधैर्य ढासळल्याचं महादजींना समजताच ते खूश झाले. त्यांनी आखलेले डावपेच जसेच्या तसे कृतीत उतरले होते!

त्यामुळे घाट ओलांडून इंग्रज सैन्यानं मैदानी भागात पाय ठेवताच त्यांनी होळकरांच्या सैन्याला इंग्रजांवर आक्रमण करायची आज्ञा दिली. होळकरांच्या जोडीला भिवराव पानशांचा तोफखाना होताच!

कार्ला व तळेगाव परिसरात जोरदार लढाया झाल्या. इंग्रजांना मराठी फौजेचा तिखट हल्ला सहन न होऊन माघार घ्यावी लागली; पण पुन्हा मुंबईकडेही त्यांना पळता येईना. कारण हरिपंत फडक्यांच्या फौजेनं पिछाडीवरून त्यांना घेरलं! पार खोपोलीपर्यंत फडक्यांच्या फौजा होत्या. अखेर इंग्रज फौज वडगांव येथे चारी बाजूंनी कोंडली गेली. अन्नपाण्याअभावी तडफडू लागली.

– एक दिवस बॉम्बे प्रोव्हिन्सचा राजनैतिक अधिकारी फार्मर पांढरे निशाण फडकावत महादजींच्या डेऱ्याकडे निघाला. इंग्रजांनी शरणागती पत्करली होती!

* * *

इंग्रजांतर्फे फार्मरसाहेब वाटाघाटींसाठी शिंद्यांच्या डेऱ्यात दाखल झाला, ती मध्यान्हीची वेळ होती. दिवस थंडीचे असले तरी आत्ता उन्हाचा कडाका जाणवत होता. फार्मरला स्वतःला तर भूक लागली होतीच; पण अन्नपाण्यावाचून तडफडणाऱ्या आणि कोंडीत सापडलेल्या आपल्या सहकाऱ्यांची व सैनिकांची त्याला चांगलीच जाणीव होती.

"या, या फार्मरसाहेब– सवाई माधवराव पेशव्यांच्या छावणीत व छत्रपतींच्या राज्यात तुमचं स्वागत असो!" असं म्हणून महादजींनी त्यांचं स्वागत केलं. त्यांच्या बोलण्यातील खोच व उपहास फार्मरच्या लक्षात आले नाहीत असं नाही;

पण शरणागताला मानापमानाची निवड करता येत नाही!

– उत्तरादाखल त्याने डोक्यावरची टोपी काढून व कमरेत वाकून महादजी आणि त्यांच्याजवळ बसलेल्या नाना फडणीस, तुकोजीराव होळकर, हरिपंत फडके, पानशांचे विश्वासू आणि मुख्य तोपची मुसा नरोन्हा इत्यादींना आपला आदर दाखवून दिला.

दुभाष्यांमार्फत बोलणी सुरू झाली. ''बॉम्बे प्रोव्हिन्सतर्फे शरणागती स्वीकारून आणि वाटाघाटी करण्यासाठी मी तुमच्याकडे आलो आहे. मी सही केलेला कोरा कागद तुमच्याकडे देतो. त्यावर तुम्ही तहाच्या अटी घाला...'' फार्मर म्हणाला.

''कंपनी सरकार आमच्याबाबत फारच उदार झालेलं दिसतंय्! पण एवढं होतं तर आमच्याशी युद्ध केलंतच कशाला?'' महादजी हसून म्हणाले.

''राघोबादादा पेशव्यांनी आमचा गैरसमज करून दिला– शिंदे, होळकर, भोसले, बापू या सर्वांना आपणच पेशवे व्हावं असं वाटत असल्याचं त्यांनी सांगितलं; त्यामुळे व्यापारात सवलती मिळवण्यासाठी आम्ही नाइलाजानं त्यांना मदत देण्याचं कबूल केलं...'' फार्मर उत्तरला.

''नाइलाजानं? हिंदुस्थानच्या राजकारणात वारंवार ढवळाढवळ करणाऱ्यांनी स्वतःला अलिप्त व्यापारी म्हणवू नये...'' होळकर रागानं म्हणाले.

''आणि पार शिवछत्रपतींच्या काळापासून आम्हा मराठ्यांना तुमचा अनुभव आहे.'' हरिपंत फडक्यांनी फार्मरला सुनावलं.

''ठीक आहे– आमच्याकडून चुका झाल्या असतीलही; पण त्या दुर्दैवानं व गैरसमजानं झाल्या! आता पुरंदरच्या तहाच्या पुढे आपली मैत्री नेण्याच्या दृष्टीनं तहाची कलमं सांगावी...''

''नाना, यांना आपल्या अटी ऐकवा.'' महादजी म्हणाले. लगेच नाना पुढे सरसावले. ''प्रथम राघोबादादांना आमच्या

हवाली करावे. काही जहागिरी घेऊन त्यांना स्वस्थ बसावं लागेल!

"दुसरं म्हणजे त्यांचे जे जडजवाहिर तुम्ही मदतीपोटी गहाण ठेवले आहेत आणि त्यांच्याकडून जे पैसे घेतले आहेत ते बिनशर्त परत द्यावेत.

तिसरं म्हणजे गुजरातमधील व मुंबईजवळचा तुम्ही बळकावलेला आमचा प्रदेश परत द्यावा आणि शेवटचं म्हणजे कलकत्त्याहून येणारी तुमची फौज हेस्टिंग्जसाहेबाने कलकत्त्याला परत बोलवावी..." नानांनी धडाधड तहाची कलमं मांडली.

"बापरे! या अटी फारच कडक आहेत! या अटी मान्य करण्याचे अधिकार मलाच काय, ईगर्टन किंवा कारनॅकसाहेबांनाही नाहीत..."

फार्मरचं हे बोलणं ऐकून महादजी संतापले आणि म्हणाले, "म्हणजे युद्ध तुम्ही करायचं आणि वाटाघाटीचे अधिकार कलकत्ताकरांना? चांगला न्याय आहे! तसं असेल तर या मुसा नरोन्हांना मी पुन्हा वडगाववर तोफगोळ्यांचा वर्षाव करायला सांगतो. बॉम्बे प्रोव्हिन्सचा एकही माणूस वाचणार नाही..."

"थांबा, थांबा! असं करू नका. आम्हाला विचार करायला वेळ द्या." फार्मर काकुळतीनं म्हणाला.

"नाना, काय करायचं?"

"पाटीलबाबा, विचार करायला आपण एक-दोन दिवस देऊ – पण विचार फिरू नये म्हणून यांच्या दोन अधिकाऱ्यांना आपण ओलीस ठेवू! शिवाय तोपर्यंत वडगावमध्ये अन्नधान्याचा एक कणही जाणार नाही!" नाना कडकपणानं म्हणाले.

"मंजूर?" महादजींनी विचारलं.

"मंजूर." फार्मरनं उत्तर दिलं आणि खालमानेनं तो डेऱ्याबाहेर आला...

* * *

कोंडीत सापडलेल्या इंग्रजांनी अखेर वडगावच्या तहाच्या

अटी मान्य केल्या. करारावर सह्या झाल्यानंतर इंग्रजांना अन्नपाणी देऊन, पनवेलला त्यांच्या जहाजांपर्यंत सोडण्याची 'व्यवस्था' महादजींनी केली...

...त्या दिवशी सूर्यास्ताच्या समयी महादजी छावणीतील आपल्या तंबूत खर्चाची काही कागदपत्रे पाहत असताना, राघोबादादा शरणागती पत्करून त्यांना भेटण्यासाठी येत असल्याची वर्दी मिळाली आणि काही क्षणांतच राघोबा त्यांच्या तंबूत प्रवेश करते झाले. त्यांच्याबरोबर कुणीही नव्हतं.

"यावं, यावं दादासाहेब!" असं म्हणून महादजींनी पटकन उठून त्यांना मुजरा केला.

"आता कशाला आम्हाला मुजरा करताय? आता मुजरा आम्ही तुम्हाला व नानांना करायचा." राघोबादादा छद्मीपणानं म्हणाले.

"वा! असं कसं होईल? काही झालं तरी तुम्ही आम्हाला धन्यासारखेच!..." महादजी गहिवरून म्हणाले. थोरल्या बाजीरावांच्या या धाकट्या पुत्राला कैद्यासारखं वागवताना त्यांना संकोच वाटत होता यात नवल नव्हतं. देवघरात बाजीरावांचं तैलचित्र लावणाऱ्या शिंदे-होळकरांना ते अवघड होतं.

पण राघोबांचा सूर निराळाच होता. ते म्हणाले, "धन्याला आश्रयासाठी हिंदुस्थानभर पळायला लावायचं ही आदर दाखवण्याची तुमची चांगलीच रीत दिसते! एकीकडे धनी म्हणायचं आणि दुसरीकडे कैद करायचं– वा रे निष्ठा!!"

राघोबांचे हे शब्द ऐकल्यावर मात्र महादजींच्या चेहऱ्यावर उपरोधिक हास्य झळकलं. राघोबांच्या नजरेला नजर भिडवून ते म्हणाले, "दादासाहेब, तुमची जी अवस्था झाली त्याला तुमची पापंच कारणीभूत आहेत. वडीलधाऱ्या माणसांनी मार्गदर्शन करायचं ही रीत सोडून सत्ताकांक्षेपायी तुम्ही थोरल्या माधवरावांना व नारायणरावांना अफाट त्रास दिलात. नारायणरावांच्या

खुनामागे आपणच होता असं रामशास्त्र्यांसारख्या निःस्पृह माणसांनी जाहीर केलं– शेवटी धन्यानंही धन्यासारखंच वागलं पाहिजे, नाहीतर आम्हा सेवकांवर राज्याचं रक्षण करण्याची वेळ येते! आणि आपण धन्यासमान नसता तर आज आपल्या हाता-पायांत बेड्या अडकवण्याची हिम्मत या महादजीत व नानांमध्ये आहे एवढंच सांगतो...''

हे ऐकून राघोबांचा चेहरा काळाठिक्कर पडला. त्यांचं अंग थरथरू लागलं.

''पण शिक्षा मला एकट्यालाच का? ज्यांनी आमचं मन बिथरवलं त्या बापू, मोरोबा, नारो गणेश, तुळाजी, आनंदी आणि सर्व गारदी यांचं काय?'' ते कसंबसं पुटपुटले.

त्यांच्यासमोर उभं राहत महादजी म्हणाले, ''आनंदीवहिनी व आपण यापुढे झाशीत किंवा कोपरगावात निवृत्त जीवन जगायचं असं ठरलं आहे. मोरोबा, नारो गणेश, चिंतो विठ्ठल आदी आधीच कैदेत आहेत. गारद्यांना या क्षणी हरिपंतांनी पकडलं आहे. तुळाजीलाही पकडू; राहता राहिले बापू! मराठी दौलतीतील ज्येष्ठ पण चंचल वृत्तीचे मुत्सद्दी!! आता त्यांची गाठ माझ्याशी व नानांशी आहे...''

हे ऐकून राघोबांनी मान खाली घातली. त्यांचे मनोरथ साफ बुडाले होते.

– टाळी वाजवून, आपल्या कारभाऱ्यांना बोलावत महादजींनी राघोबांची सर्व व्यवस्था पाहण्याचे आदेश दिले.

* * *

त्याच दिवशी रात्री आपल्या तंबूतून बाहेर पडून सखारामबापू महादजींकडे निघाले तेव्हा त्यांना आनंदाने गुदगुल्या होत होत्या. थोरल्या माधवरावांच्या काळापासून अनेक भानगडी होऊनसुद्धा आपण सत्तेच्या केंद्रस्थानी कायम आहोत; इतकेच नव्हे तर सवाई माधवरावांच्या मुख्य कारभारीपदी विराजमान आहोत,

याचा त्यांना पराकाष्ठेचा अभिमान वाटत होता. ऐनवेळी मुत्सद्दीपणाने बाजू बदलून बारभाईंना सामील झाल्याने नारायणराव पेशव्यांच्या खुनाच्या कटातूनही ते सहीसलामत बाहेर पडले होते...

...बापू चालत असताना वडगावात मराठी सैन्याचा विजयोत्सव चाललेला त्यांना दिसत होता– भुईनळे, चंद्रज्योतींनी आकाश उजळत होते. मध्येच एखादा तोफांचा बार ऐकू येत होता. मध्येच शाहिराचं तुणतुणं, डफावरची थाप व खड्या आवाजातील पोवाडा ऐकू येत होता. सगळीकडे जल्लोष सुरू होता...

...त्या दृश्याचा आस्वाद घेत बापू महादजींकडे पोहोचले तेव्हा नानांसह हरिपंत, तुकोजीराव होळकर, पानसे, रास्ते, आंग्रे इत्यादी मंडळी व खुद्द महादजी त्यांच्यासाठी खोळंबले होते; त्यामुळे ते तेथे पोहोचल्यावर थोड्याच वेळात मराठमोळ्या जेवणाच्या पंगती मांडल्या गेल्या. आनंदात, उत्साहात भोजन पार पडलं...

...जेवणं झाल्यावर पान-सुपारी घेऊन सर्व मंडळी निघून गेली. तिथे फक्त ते तिघे उरले– बापू, नाना आणि महादजी.

* * *

"चला नाना, सुटलो आपण एकदाचे! संकटांची मालिकाच मराठी दौलतीच्या मागे लागली होती; पण आपण बारभाईंनी मिळून ती परतून लावली!" लोडाला टेकून बसत सखारामबापू म्हणाले. पान-सुपारीचं तबक पुढ्यात ओढत आणखी एक विडा त्यांनी तोंडात टाकला.

"हो ना! पण आपल्या तिघा-चौघांपेक्षाही पाटीलबाबांची कामगिरी मोलाची आहे– तुकोजीरावांचा दादासाहेबांकडे कल होता, तो त्यांनी आपल्याकडे वळवला. मोरोबांचं बंड मोडून काढलं. तोतयाला कडक शिक्षा ठोठावून सगळीकडे शांतता व स्थैर्य प्रस्थापित केलं आणि मोठ्या कौशल्यानं संयुक्त फौजेचं नेतृत्व करत इंग्रजांचं

कंबरडं मोडलं! पाटीलबाबा वेळेवर मदतीला न येते तर काही विपरीत घडलं असतं...'' नाना फडणीस म्हणाले.

हे ऐकून महादजींचा चेहरा गंभीर झाला.

''नाना, शिंदेशाहीच्या वारशाच्या संघर्षांत तुम्ही माझ्या बाजूने उभे राहिला नसतात तर हा महादजी तरलाच नसता– तुमच्या हाकेबरोबर धावून येणं माझं कर्तव्यच होतं आणि आजपर्यंत तुमच्या बुद्धिकौशल्यामुळेच अनेकांच्या कारस्थानांना तोंड देऊन ही मराठी दौलत टिकली; हे तुम्ही स्वत: सांगणार नाही!''

''चला, पण ज्याचा शेवट गोड ते सर्वच गोड– बाल पेशव्यांचा कारभार आता विनासंकट चालू राहील...''

''पण नाना, अजून आपल्याला बारभाईंच्या कारस्थानाचा शेवट करायचा आहे,'' महादजी किंचित हसून म्हणाले.

''म्हणजे– मी नाही समजलो'' नाना म्हणाले. उत्तरादाखल महादजींनी नानांना एक चिठ्ठी वाचायला दिली.

''अशा अनेक चिठ्ठ्या माझ्या हाती लागल्या आहेत आणि अनेकांनी यात निर्देशिलेल्या व्यक्तींविरुद्ध दादासाहेबांना सामील असल्याची जबानी दिली आहे. बापू काय करायचं?''

''अशा माणसाला सोडता कामा नये– यापुढे मराठी दौलतीला अस्थिर करण्याचे उद्योग खपवून घेऊ नये...'' बापू उत्साहानं म्हणाले.

''तेच म्हणतो मी...'' असं म्हणून वाचलेली चिठ्ठी नानांनी त्यांना वाचायला दिली.

चिठ्ठी हातात धरली मात्र, बापूंचा चेहरा काळाठिक्कर पडला!

चिठ्ठीत लिहिलं होतं, ''विनंतीउपरी दक्षिणेला हैदरअलींकडे सूचना केली आहे. आम्हीही पाय पसरून बसलो आहोतच. अशात जल्दी कराल तितकी उपयोगी आहे...''

महादजी त्यांच्याकडे पाहत म्हणाले, ''ही चिठ्ठी नुकतीच

दादासाहेबांचा खास माणूस चिंतो विठ्ठल याच्याकडून मी हस्तगत केली; बापू, यातील हस्ताक्षर तुमचं आहे...''

बापूंचे हात थरथरत होते आणि काही बोलायला तोंड उघडतच नव्हतं!

नाना फडणीस त्यांच्यासमोर उभं राहत म्हणाले, ''बापू केवढे कर्तबगार व ज्येष्ठ मुत्सद्दी तुम्ही– पण सतत आपण मुख्य कारभारी असावं या सत्ताभिलाषेपायी तुम्ही दादासाहेबांचं मन बिथरवलंत! थोरले माधवराव पेशव्यांना मोठा मनस्ताप उत्पन्न केलात आणि नारायणरावांना हटवण्याचा दादासाहेबांना सल्ला दिलात. नारायणरावांच्या खुनानंतर आपण अडकू या भीतीपोटी शिताफीनं बाजू बदलून आम्हाला सामील झालात! पण बापू, तुमच्या कुठल्याही कृतीला मी फसलो नाही आणि तुम्हाला मी चांगलंच ओळखून होतो; कारण तुमची चंचल वृत्ती व स्वामीनिष्ठेचा अभाव केव्हातरी तुमचा घात करणार, तुमचं पितळ उघडं पडणार याची मला खात्री होती!

''– आणि आज तसंच झालं आहे.

''बोला बापू, बाल पेशव्यांच्या वतीनं तुम्हाला काय शिक्षा द्यायची?''

''नाना, पाटीलबाबा, मला मृत्यूची भीती वाटते...'' असं म्हणून उपरण्यानं तोंड झाकून घेऊन सखारामबापू बोकील रडू लागले...''

''नाही बापू, तुमची सेवा लक्षात घेऊन मराठी दौलत तुम्हाला मृत्युदंड देणार नाही; पण आजन्म पश्चात्ताप करत राहावं म्हणून तुम्हाला सिंहगडावर कारावासात ठेवण्यात येईल!'' त्यांच्यापुढे बेड्या धरत महादजी शिंदे म्हणाले.

◆

।। दहा ।।

वडगावच्या तहामुळे मराठी दौलतीची देशातील प्रतिष्ठा चांगलीच उंचावली. आधीच दिल्लीच्या तख्तावर शहाआलम बादशहा महादजी शिंद्यांच्याच आधारावर राज्य करता होता. उत्तरेत महादजींनी चांगलाच जम बसवला होता. तर दक्षिणेतील हैदर, निजाम, नागपूरकर भोसले आदी शत्रूंना नाना फडणीसांनी आपल्या मुत्सद्देगिरीनं 'मवाळ' बनवलं होतं. इंग्रजांचीही आता चांगलीच खोड मोडली होती.

वडगावहून परतल्यावर महादजींनी नगरजवळच्या जामगाव येथे स्वत:साठी वाडा आणि एक लहानसा किल्ला बांधण्याचं काम हाती घेतलं– वाड्याचं नाव 'माधव विलास' तर किल्ल्याचं नाव 'साहेबगड' असं ठेवण्याचं त्यांच्या मनात होतं. याच सुमाराला आपली लेक बाळाबाई हिचा विवाह बारामतीच्या शितोळे देशमुखांशी त्यांनी निश्चित केला. हा विवाहसोहळा मोठ्या थाटात पार पडला!

महादजी असे कौटुंबिक कामांमध्ये गुंतलेले असताना नानांनी पुण्यातील सरकारी कारभाराची बिघडलेली घडी नीट बसवायला प्रारंभ केला. सर्वत्र सुशासन आणि शिस्त आणली.

बाल पेशवे सवाई माधवराव आता शनिवारवाड्यात राहायला येणार या हिशेबानं त्यांनी शनिवारवाड्याच्या

नूतनीकरणाला सुरुवात केली– मनोरे, महाल, कारंजी यांची तर नानांनी अक्षरशः खैरात करून वाड्याला सुंदर रूप प्राप्त करून दिलं! असंख्य तोट्यांमधून झुळूझुळू पाणी उडवून सर्वांचं मन प्रसन्न करणाऱ्या हजारी कारंज्याला पुन्हा गतवैभव प्राप्त करून दिलं. गणेश रंगमहालही पुन्हा सुशोभित करून घेतला. सुमारे दोनशे कारकून जेथे काम करत त्या फडाचेही रूप नानांनी पालटले.

– गतकाळातील शनिवारवाडा व पुणे शहरावरील जखमांच्या खुणा नानांनी पुसल्या आणि त्यांना पुन्हा सौंदर्य प्राप्त करून दिलं!

* * *

लवकरच, वयाच्या सहाव्या वर्षी श्रीमंत सवाई माधवराव पेशव्यांची मुंज नानांनी पर्वतीवर मोठ्या थाटात पार पाडली. मुंजीनंतर पाचव्याच दिवशी म्हणजे २६ एप्रिल, १७७९ रोजी मध्यरात्रीच्या एका सुमुहूर्तावर बाल पेशव्यांनी शनिवारवाड्यात मोठ्या थाटाने प्रवेश केला. यावेळी पुण्याचे रस्ते स्वच्छ करून नागरिकांनी कुंकुमाचे सडे घातले होते! गुढ्या-तोरणे उभारली होती. दीपमाळांच्या प्रकाशात सनई-चौघडे वाजत होते! पुण्यात पुन्हा आनंद प्रकटला होता!!

* * *

बाल पेशव्यांचे शनिवारवाड्यात आगमन झाले त्याच्या दुसऱ्याच दिवशी सकाळी पार्वतीकाकूंनी नाना व महादजींना निरोप पाठवून आपल्या महाली बोलावून घेतलं. आपल्याला पार्वतीकाकूंनी कशाला बोलावलं असावं याचा अंदाज या दोघांना येत नव्हता.

"या पाटीलबाबा, या नाना! बसा असे." गंभीर चेहऱ्यानं पार्वतीकाकू म्हणाल्या.

नाना व महादजी स्थानापन्न झाले.

"काय काकू, आज बऱ्याच दिवसांनी सेवकांची आठवण काढलीत– " नाना किंचित हसतमुखानं म्हणाले.

"नाना, तुम्हा दोघांशी काही गोष्टी बोलण्याचं बरेच दिवस मनात होतं; पण योग येत नव्हता; पण आज सवाई माधवाच्या आजीचं त्यांना एक आज्ञावजा पत्र आलंय ..."

"काय लिहितात मातोश्री?"

"सवाई माधवानं कसं वागावं, त्याची दिनचर्या कशी असावी याचा जणू तो तेरा कलमी खलिताच आहे– नियमित स्नान-संध्या करावी, व्यायाम करावा, खर्डे लिहावे, चांगल्या लोकांच्या सहवासात राहावे वगैरे! पण नाना, मला सांगा, या सहा-सात वर्षांच्या पोराला आजीचं पत्र वाचून काय कळणार? या आई-बाप नसलेल्या पोरक्या पोरासाठी तरी आमच्या जाऊबाईंनी पुण्यात यायचं ना! पण या गोपिकाबाई बऱ्याच वर्षांपूर्वी थोरल्या माधवावर रागावून ज्या गंगापूरला जाऊन राहिल्या, त्या इकडे शनिवारवाड्यात अनेक धरणीकंप झाले तरी फिरकल्या नाहीत! पाटीलबाबा, हे बरं आहे का?" पार्वतीकाकू पोटतिडिकीनं म्हणाल्या.

"काय करणार वहिनीसाहेब, स्वभावाला औषध नाही! पण बाल पेशव्यांच्या खऱ्या आजी आपणच शोभता– गंगाबाईसाहेबांच्या अकाली मृत्यूनंतर किती प्रेमानं आपण पेशव्यांचं संगोपन केलंत–" महादजी म्हणाले.

"मी माझं कर्तव्य केलं; पण आजी म्हणून तरी त्यांना काही वाटायला पाहिजे होतं! नाना, पाटीलबाबा, सवाई माधवाची मला फार काळजी वाटते. मधल्या अंदाधुंदीच्या काळामुळे त्यालासुद्धा कुणी दगाफटका करेल अशी भीती वाटते आणि ते जाऊ दे. त्याचं शिक्षणही नीट व्हायला पाहिजे..." बोलता बोलता पार्वतीकाकूंचा गळा भरून आला.

हे पाहून नाना व महादजी दोघांनाही मनातून फार बरं वाटलं– निदान पेशव्यांच्या घराण्यातील कुणीतरी असं शिल्लक होतं की, ज्याला बाल पेशव्यांची खरी काळजी होती!

– नाना म्हणाले, "काकू, तुम्हाला काळजी वाटणं साहजिकच आहे, कारण शनिवारवाड्यात ज्येष्ठ अशा तुम्हीच आहात आणि आम्हा सर्वांसाठी आपण साक्षात सदाशिवराव भाऊंची प्रतिमाच आहात! भाऊसाहेबांना स्मरून सांगतो की, आपण सवाई माधवांची चिंता करू नये, त्यांच्या शिक्षणाची व संगोपनाची जबाबदारी आमच्यावरही आहेच– त्याची योग्य व्यवस्था होईल. श्रीमंत जाणते होईपर्यंत मराठी दौलतीचा भार पेलण्याची आम्ही शिकस्त करू! काय पाटीलबाबा?"

"प्रश्नच नाही! आम्ही जिवात जीव असेपर्यंत छत्रपतींचे व पेशव्यांचे रक्षण आणि सेवा करू" महादजी उत्तरले.

हे शब्द ऐकल्यावर पार्वतीकाकूंचा जीव भांड्यात पडला. चेहऱ्यावर समाधान पसरलं.

"पाटीलबाबा, नाना, आमची तुमच्याकडून हीच अपेक्षा होती– आता थोडा फराळ केल्याशिवाय मी तुम्हाला येथून जाऊ देणार नाही–" त्या म्हणाल्या.

"पण काकू, श्रीमंतांची काय खबर?"

"अहो, पाटीलबाबा, पोरवयच आहे त्याचं! वाड्याच्या शेवटच्या मजल्याच्या सौधावरून पर्वती कशी दिसते, आळंदीच्या समाधीमंदिराचा कळस दिसतो का हे पाहायला मित्रांना घेऊन स्वारी गेली आहे..."

हे ऐकून महादजींना हसू लपवणं कठीण गेलं! क्वचितच हसणाऱ्या नाना फडणीसांच्या चर्येवरही स्मित झळकलं.

* * *

त्याच दिवशी तिन्हीसांजेची गोष्ट. पुण्यातील प्रख्यात बेलबागेच्या मंदिरातील सभामंडपात चाललेले पुराणिकबुवांचे

प्रवचन संपून श्रोते आपापल्या घरी गेले होते. थोडेसे उशिरा येणारे भक्तसुद्धा देवदर्शन घेऊन परतले होते. पुजारीबुवांनी दिंडी दरवाजाही बंद केला आणि ते मंदिराच्या आवारातील आपल्या घरी परतले...

...पण गाभाऱ्याचा दरवाजा लोटून घेऊन, विष्णूमूर्तीच्या समोरील मंद रौप्यसमईच्या प्रकाशात दोन व्यक्ती लाकडी पाटांवर बसून गुप्त खलबतं करत होत्या– ते होते बेलबागेचे मालक व पेशव्यांचे कारभारी नाना फडणीस आणि शिवशाहीचे आधारस्तंभ महादजी शिंदे!

महादजी म्हणाले, "नाना, ईश्वरकृपेनं आणि श्रीमंतांच्या पुण्याईमुळे गेली पाच-सहा वर्षे चाललेले बारभाईंचे राजकारण तडीस गेले. असंख्य संकटं अन् आव्हानं येऊनही मराठेशाही तगली. त्यात अनेक परस्परविरोधी शक्तींना एकत्र आणण्याचं व कणखरपणे संकटांचा मुकाबला करण्याचं तुमचं मुत्सद्देगिरीचं धोरण आणि कौशल्य महत्त्वाचं ठरलं..."

"पण पाटीलबाबा, तुमची तळपती समशेर आमच्या साहाय्याला नसती आणि न्याय्य बाजूच उचलून धरण्याचं औदार्य तुम्ही दाखवलं नसतं तर आम्ही काय करू शकलो असतो? आम्हाला तलवार उचलणं तर राहोच; पण घोड्यावर बसणंही नीट जमत नाही! तरुणवयात घोड्यावरून पडून आम्ही चांगलेच जखमी झालो होतो." नाना म्हणाले.

महादजी प्रसन्नपणे हसले व म्हणाले, "नाना तुमच्या व आमच्यामधील हा भाऊपणा व एकमेकांविषयीचा आदर असाच कायम राहो हीच ईश्वरचरणी प्रार्थना!"

"हो तर– आणि ही आपली एकजूटच शिवरायांचे हे स्वराज्य टिकवून ठेवील! कारण यापुढे कायमच टोपीकर इंग्रजांपासून स्वराज्यालाच नव्हे तर पूर्ण हिंदुस्थानला धोका आहे आणि याकरिता आम्ही पुण्यात व तुम्ही उत्तरेत सतत जागरूक असणं

गरजेचं आहे...''

"योग्यच बोललात नाना. आता यापुढे माझी इच्छा आहे ती शहाआलम बादशहाला पूर्ण मराठी अमलाखाली ठेवून हिंदूंची तीर्थक्षेत्रं परक्यांपासून मुक्त करण्याची; पण त्यासाठी कालानुरूप बलाढ्य, शिस्तबद्ध अशी कवायती फौज उभारण्याची गरज आहे.''

"आणि पाटीलबाबा, आमच्यापुढे श्रीमंत सवाई माधवराव पेशवे जाणते होईपर्यंत पुण्यात बसून इंग्रज-हैदर-निजाम इत्यादी शत्रूंना वेसण घालण्याचं आव्हान आहे; छत्रपतींचं व पेशव्यांचं स्थान भक्कम ठेवण्याचं आव्हान आहे.''

...मध्यरात्र होईपर्यंत नाना व महादजी भान हरपून बोलत राहिले, भविष्यातील डावपेचांची आखणी करत राहिले. विष्णूमूर्तीसमोरच्या समईतील तेल संपत येऊन ज्योत मंद झाली तरी त्या दोघांची चर्चा चालूच होती...

* * *

महादजींबरोबरची गुप्त बैठक संपवून नाना मोठ्या समाधानानं आपल्या वाड्यात परतले, तेव्हा उत्तररात्र झाली होती. सगळीकडे मिट्ट काळोख पसरला होता व सामसूम झाली होती. नानांचं कुटुंब– अन्नपूर्णाबाई– केव्हाच निद्राधीन झाल्या होत्या.

– नाना अंथरुणावर आडवे झाले तरी बराच वेळ त्यांना झोप लागेना. मग बऱ्याच वेळानं त्यांना झोप लागली. गाढ निद्रेत असताना त्यांना एक लांबलचक स्वप्न पडलं...

...सवाई माधवराव पेशवे दहा वर्षांचे झाले असून त्यांचा विवाह ठरला आहे. मराठी दौलतीचं मोठं सामर्थ्य साऱ्या हिंदुस्थानभर असल्यानं श्रीमंतांच्या लग्नाला मोठमोठी पाहुणेमंडळी हजर आहेत. खुद्द सातारकर छत्रपतींसह होळकर, धुळूप, आंग्रे, रास्ते, भोसले, पटवर्धन, तुळशीबागवाले हे सरदार आणि निजाम-टिपूकडचा मोठा लवाजमा लग्नाला हजर आहे... देवक बसल्यापासून पुण्यातील प्रत्येक घरी काहीना काही पक्वान्नाचा रतीब घालण्यात येत आहे... सीमांतपूजनाच्या वेळी देवदर्शन घेऊन रुप्याच्या अंबारीत बसून हत्तीवरून पेशवे नवरीकडच्या मंडपाकडे निघाले आहेत. देखण्या सवाई माधवरावानं मस्तकी शिरपेच, कलगी व मोत्याचा तुरा, कानात चौकडा, गळ्यात मोत्यांच्या माळा आणि हातात पोच्या घातल्या आहेत. अंगात भरजरी पोशाख आहे. नागरिक रस्त्यांवर, माड्यांवर दुतर्फा गर्दी करून सोन्या-रुप्यांची फुलं उधळत आहेत! मंडपात पोहोचल्यावर विधीपूर्वक विवाह होऊन नंतर जेवणाच्या पंक्तीच्या पंक्ती उठत आहेत!

...आणि या सर्व प्रसंगांत पेशव्यांच्या खास हुकमानुसार एका बाजूनं नाना व दुसऱ्या बाजूनं महादजी मोठ्या प्रसन्नचित्तानं वावरत आहेत...

...अचानक स्वप्न भंगून नाना जागे झाले आणि अंथरुणातच

उठून बसले. पहाट झाली असून कुठून तरी देवालयातील सनई-चौघडा ऐकू येत होता. "पहाटेची स्वप्नं खरी होतात म्हणे–" नाना स्वत:शीच पुटपुटले व प्रसन्नचित्तानं हसले...

...सन १७८३ मध्ये झालेल्या सवाई माधवराव पेशव्यांच्या विवाहानंतर पुढील एक तप म्हणजे सन १७९४-९५ पर्यंत मराठेशाही कळसाला पोहोचली! हिंदुस्थानातील सर्वांत बलाढ्य सत्ता बनली! नाना फडणीस व महादजी शिंदे हे या सत्तेचे आधारस्तंभ होते; पण आधी महादजींचा मृत्यू (सन १७९४) आणि नंतर नानांचा मृत्यू (सन १८००) झाला; यामुळे मराठ्यांना जबर हादरा बसला आणि थोड्याच काळात पेशवाईचा आणि पर्यायाने मराठेशाहीचा अस्त झाला– देश पारतंत्र्यात गेला. ब्रिटिश अंमल सुरू झाला...

◆

परिशिष्ट 'अ'

– कालसूची –

नोव्हेंबर १७७२	थोरल्या माधवराव पेशव्यांचा थेऊरला मृत्यू
डिसेंबर १७७२	नारायणरावांना पेशवाईची वस्त्रे
एप्रिल १७७३	राघोबादादा नजरकैदेत
ऑगस्ट, १७७३	नारायणरावांची हत्या
सप्टेंबर १७७३	नानांसह बारभाईंची शपथ
जानेवारी १७७४	गंगाबाईंच्या नावाने कारभार
एप्रिल १७७४	सवाई माधवरावांचा जन्म
एप्रिल-मे १७७४	छत्रपतींकडून राघोबांची हकालपट्टी
मार्च १७७६	इंग्रज-मराठे यांच्यात पुरंदरचा तह
डिसेंबर १७७६	सदाशिवरावभाऊंच्या तोतयाला शासन
जुलै १७७७	गंगाबाईंचा मृत्यू
एप्रिल १७७८	महादजी शिंद्यांची पुण्याकडे धाव
जुलै १७७८	मोरोबादादा फडणीसांना अटक
जानेवारी १७७९	इंग्रजांबरोबर वडगावचा तह
एप्रिल १७७९	सवाई माधवरावांची मुंज आणि शनिवारवाड्यात प्रवेश
१७८३	सवाई माधवराव पेशव्यांचे थाटात लग्न

परिशिष्ट 'ब'

कादंबरीत उल्लेख केलेल्या पेशवे घराण्यातील व्यक्ती

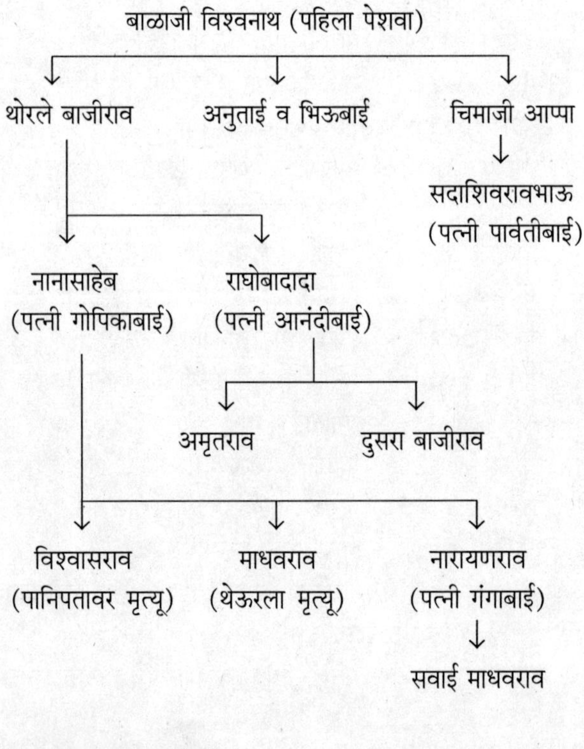

परिशिष्ट 'क'

शिंदे घराण्याची वंशावळ

जानकोजी शिंदे

↓

राणोजी शिंदे

↓

↓	↓	↓	↓	↓
जयाप्पा	दत्ताजी	ज्योतिबा	तुकाजी	महादजी

भानू (फडणीस) घराणे

महादजीपंत भानू

↓

जनार्दनपंत भानू

↓

नाना फडणीस ऊर्फ बाळाजी भानू

निवडक संदर्भसूची

१) नाना फडणीस (चरित्र) – य. ना. देवधर (नॅशनल बुक ट्रस्ट)

२) महादजी शिंदे – ल. गो. परांजपे (ज्योत्स्ना प्रकाशन)

३) दौलतीचे खांब – डॉ. मुकुंदराव आगासकर

४) महादजी शिंदे – काळ व कर्तृत्व – अशोकराव शिंदे (सरकार)

५) पुण्याचे पेशवे – अ. रा. कुलकर्णी

६) पेशवे घराण्याचा इतिहास – प्रमोद ओक (कॉन्टिनेंटल प्रकाशन)

७) मराठ्यांचा इतिहास (३ खंड) – अ. रा. कुलकर्णी

८) मराठी रियासती – गो. स. सरदेसाई

९) पेशव्यांची बखर – र. वि. हेरवाडकर (व्हिनस प्रकाशन)

१०) ब्रिटिश रियासत – ईस्ट इंडिया कंपनी भाग १ व २ – स. मा. गर्गे (पॉप्युलर प्रकाशन)

११) रामशास्त्री प्रभुणे (चरित्र) – सदाशिव आठवले (श्रीविद्या प्रकाशन)

१२) मंत्र्युत्तम नाना – डॉ. चिंचणीकर (गोकुळ मासिक)

१३) साद सह्याद्रीची, भटकंती किल्ल्यांची – प्रा. प्र. के. घाणेकर

१४) हरवलेले पुणे – अविनाश सोवनी

१५) महेश्वर दरबारची बातमीपत्रे – द. ब. पारसनीस

१६) अलिजाबहाद्दर महादजी शिंदे – कृष्णकांत नाईक (विद्यार्थी प्रकाशन)

१७) बुद्धिसागर नाना फडणीस – कृष्णकांत नाईक (विद्यार्थी प्रकाशन)

१८) मराठ्यांचा युद्धेतिहास (सन १६००-१८१८) – ब्रिगेडियर चित्रे (कॉन्टिनेंटल प्रकाशन)

१९) वीरवर महादजी शिंदे – सु. ह. जोशी (श्रीभारती प्रकाशन)

◆